THIRUKKURAL

திருவள்ளுவர்

(THIRUVALLUVAR)

THIRUKKURAL

With English Translation by

REV. W. H. DREW

REV. JOHN LAZARUS

GYAN

Published by

Gyan Publishing House
5, Ansari Road
Daryaganj, New Delhi-110002
Phone: 011-47034999, 9811692060
E-mail: books@gyanbooks.com

Distribution Network
gyanbooks.com
India, USA, Canada, UK, Australia, France

ISBN : 978-81-212-4099-4 (PB)

2nd Impression 2020

Printed at: Gyan Press, Delhi.

Thirukkural
Translation by: Rev. W. H. Drew & Rev. John Lazarus

பதிப்புரை

உலகப் பேரறிஞர்களால் போற்றப்பட்ட போற்றப்படுகின்ற தலைசிறந்த, சிறப்புமிக்க நூல் திருக்குறள் என்பதில் எந்த கருத்து வேறுபாடும் இல்லை. பண்டைக் காலம் முதலே அகில உலக அறிஞர்கள் பலரையும் திருக்குறள் கவர்ந்துள்ளது. அதனால்தான் உலக மொழிகளில் பலவற்றில் திருக்குறள் மொழி பெயர்ப்பு செய்யப்பட்டுள்ளது.

இவ்வாறு மொழி பெயர்ப்பு செய்தவர்களுள் **Rev. Drew & Lazarus, G.U. Pope** போன்ற அறிஞர் பெருமக்களும் அடங்குவர்.

இவர்களில் **W.H.Drew** மற்றும் **John Lazarus** 1885 ஆம் ஆண்டு திருக்குறளை ஆங்கில மொழியில் மொழி பெயர்ப்புச் செய்து கையடக்க அளவில் நூலை வெளியிட்டுள்ளார்கள்.

இந்நூலில் காணப்படும் லை, ளை னை, ணை போன்ற எழுத்துக்களுக்கு பதிலாக சீர்திருத்தப்பட்ட தற்காலத் தமிழ் எழுத்துக்களான லை, ளை, னை, ணை என்னும் எழுத்துக்களைக் கொண்டு மாற்றி புதிய வடிவில் மாணவர்களும், பொதுமக்களும், அறிஞர் பெருமக்களும் விரும்பும் வண்ணம் தமிழ்நாட்டுத் தேசிய நூல் என்று போற்றப்படுகின்ற உலகப் பொதுமறையாம், திருக்குறள் நூலைப் பதிப்பித்து வழங்குவதில் பெருமையடைகின்றோம்.

- பதிப்பகத்தார்

Publisher's Note

This Book is reprinted in a larger format with reformed Tamil letters without affecting the Originality

- The Publisher

பால் இயல் அதிகார அகராதி

திருக்குறள்

திருக்குறள்

அறத்துப்பால் - பாயிரம்

அதிகாரம் 1 கடவுள் வாழ்த்து

அகர முதல எழுத்து எல்லாம்; ஆதி
பகவன் முதற்றே உலகு. (1)

கற்றதனால் ஆய பயனென்கொல் வாலறிவன்
நல்தாள் தொழாஅர் எனின்? (2)

மலர்மிசை ஏகினான் மாணடி சேர்ந்தார்
நிலம்மிசை நீடுவாழ் வார். (3)

வேண்டுதல் வேண்டாமை இலான் அடிசேர்ந்தார்க்கு
யாண்டும் இடும்பை இல. (4)

இருள்சேர் இருவினையும் சேரா, இறைவன்
பொருள்சேர் புகழ்புரிந்தார் மாட்டு. (5)

பொறிவாயில் ஐந்தவித்தான் பொய்தீர் ஒழுக்க
நெறிநின்றார் நீடுவாழ் வார். (6)

தனக்குஉவமை இல்லாதான் தாள்சேர்ந்தார்க்கு அல்லால்
மனக்கவலை மாற்றல் அரிது. (7)

அறஆழி அந்தணன் தாள்சேர்ந்தார்க்கு அல்லால்
பிறஆழி நீந்தல் அரிது. (8)

கோள்இல் பொறியில் குணமிலவே எண்குணத்தான்
தாளை வணங்காத் தலை. (9)

பிறவிப் பெருங்கடல் நீந்துவர்; நீந்தார்
இறைவன் அடிசேரா தார். (10)

CHAPTER 1 Praise of God

As the letter A is the first of all letters, so the eternal God is first in the world. 1

What profit have those derived from learning who worship not the good feet of Him who is possessed of pure knowledge? 2

They who are united to the glorious feet of Him who passes swiftly over the flower of the mind, shall flourish long above all worlds. 3

To those who are united to the feet of Him who is without desire or aversion, evil shall never come. 4

The two-fold deeds that spring from darkness shall not adhere to those who delight in the true praise of God. 5

Those shall long prosper who abide in the faultless way of Him who has destroyed the five desires of the senses. 6

Anxiety of mind cannot be removed, except from those who are united to the feet of Him who is without likeness. 7

None can swim the sea of vice, but those who are united to the feet of that gracious Being who is a sea of virtue. 8

The head that worships not the feet of Him who is possessed of eight attributes, is profitless as a sense without the power of sensation. 9

None can swim the great sea of births. but those who are united to the feet of God. 10

அதிகாரம் 2 வான் சிறப்பு

வான்நின்று உலகம் வழங்கி வருதலால்
தான்அமிழ்தம் என்றுஉணரற் பாற்று. (1)

துப்பார்க்குத் துப்புஆய துப்புஆக்கித் துப்பார்க்குத்
துப்புஆய தூஉம் மழை. (2)

விண்இன்று பொய்ப்பின் விரிநீர் வியனுலகத்து
உள்நின்று உடற்றும் பசி. (3)

ஏரின் உழாஅர் உழவர் புயலென்னும்
வாரி வளம்குன்றிக் கால். (4)

கெடுப்பதூஉம் கெட்டார்க்குச் சார்வாய்மற்று ஆங்கே
எடுப்பதூஉம் எல்லாம் மழை. (5)

விசும்பின் துளிவீழி னல்லால் மற்றுஆங்கே
பசும்புல் தலைகாண்பு அரிது. (6)

நெடுங்கடலும் தன்நீர்மை குன்றும் தடிந்துஎழிலி
தான்நல்காது ஆகி விடின். (7)

சிறப்பொடு பூசனை செல்லாது வானம்
வறக்குமேல் வானோர்க்கும் ஈண்டு (8)

தானம் தவம்இரண்டும் தங்கா, வியனுலகம்
வானம் வழங்காது எனின். (9)

நீரின் றமையாது உலகுஎனின் யார்யார்க்கும்
வான்இன்று அமையாது ஒழுக்கு. (10)

CH.2 The Excellece of Rain

Because, by the continuance of rain, the world is preserved in existence, it is worthy to be called ambrosia. 1

Rain produces food, and is itself food. 2

If the cloud withholding rain deceive (our hopes), hunger will long give distress in the sea-surrounded spacious world. 3

If the abundance of wealth-imparting rain diminish, the labour of the plough must cease. 4

Rain destroys; and on the other hand helping, restores what it has destroyed; rain does all this. 5

If no drop fall from the cloud, not a green blade of grass will be seen. 6

Even the wealth of the wide sea will be diminished, if the cloud that has drawn (its waters) up, give them not-back again (in rain). 7

If the heaven dry up, neither yearly festivals, nor daily worship will be offered in this world to the inhabitants of heaven. 8

If rain fall not, penance and alms-deeds will not dwell within the spacious world. 9

If it be said that the duties of life cannot be discharged by any person without water, so without rain there cannot be the flowing of water. 10

அதிகாரம் 3 நீத்தார் பெருமை

ஒழுக்கத்து நீத்தார் பெருமை விழுப்பத்து
வேண்டும் பனுவல் துணிவு. (1)

துறந்தார் பெருமை துணைக்கூறின் வையத்து
இறந்தாரை எண்ணிக்கொண் டற்று. (2)

இருமை வகைதெரிந்து ஈண்டுஅறம் பூண்டார்
பெருமை பிறங்கிற்று உலகு. (3)

உரன் என்னும் தோட்டியான் ஓரைந்தும் காப்பான்
வரன்என்னும் வைப்பிற்குஓர் வித்து. (4)

ஐந்தவித்தான் ஆற்றல் அகல்விசும்பு உளார்கோமான்
இந்திரனே சாலும் கரி. (5)

செயற்கரிய செய்வார் பெரியர்; சிறியர்
செயற்கரிய செய்கலா தார். (6)

சுவைஒளி ஊறுஓசை நாற்றம்என்ற ஐந்தின்
வகைதெரிவான் கட்டே உலகு. (7)

நிறைமொழி மாந்தர் பெருமை நிலத்து
மறைமொழி காட்டி விடும். (8)

குணமென்னும் குன்றுஏறி நின்றார் வெகுளி
கணமேயும் காத்தல் அரிது. (9)

அந்தணர் என்போர் அறவோர்மற்று எவ்வுயிர்க்கும்
செந்தண்மை பூண்டுஒழுக லான். (10)

CH. 3 The Greatness of Ascetics

The clear sense of every treatise desires, beyond all other excellence, the greatness of those who, while abiding in the rule of conduct peculiar to their state, have abandoned all desire. 1

To describe the measure of the greatness of those who have forsaken the two-fold desire, is like counting the dead. 2

The greatness of those who have discovered the properties of both states of being, and clothed themselves in virtue, shines forth in this world (beyond all others). 3

He who guides his five senses by the hook of wisdom, will be a seed in the world of excellence. 4

Indra himself, the king of the inhabitants of the spacious heaven, is a sufficient proof of the strength of him who has subdued his five senses. 5

The great will do those things which it is difficult to do; the mean cannot do those things which it is difficult to do. 6

The world is within the knowledge of him who knows the properties of taste, sight, touch, hearing, and smell. 7

The hidden words of the men whose words are full, will show their greatness to the world. 8

The anger of those who have ascended the mountain of goodness, though it continues but for a moment, cannot be resisted. 9

The virtuous are truly called, Andanar; because in their conduct towards all creatures they are clothed in kindness. 10

அதிகாரம் 4 அறன் வலியுறுத்தல்

சிறப்புஈனும் செல்வமும் ஈனும் அறத்தினூஉங்கு
ஆக்கம் எவனோ உயிர்க்கு? (1)

அறத்தினூஉங்கு ஆக்கமும் இல்லை; அதனை
மறத்தலின் ஊங்குஇல்லை கேடு. (2)

ஒல்லும் வகையான் அறவினை ஓவாதே
செல்லும்வாய் எல்லாம் செயல். (3)

மனத்துக்கண் மாசுஇலன் ஆதல்; அனைத்து அறன்
ஆகுல நீர பிற. (4)

அழுக்காறு அவாவெகுளி இன்னாச்சொல் நான்கும்
இழுக்கா இயன்றது அறம். (5)

அன்றறிவாம் என்னாது அறம்செய்க, மற்றுஅது
பொன்றுங்கால் பொன்றாத் துணை. (6)

அறத்தாறு இதுஎன வேண்டா சிவிகை
பொறுத்தானோடு ஊர்ந்தான் இடை. (7)

வீழ்நாள் படாஅமை நன்றாற்றின் அஃதொருவன்
வாழ்நாள் வழிஅடைக்கும் கல். (8)

அறத்தான் வருவதே இன்பம்;மற் றெல்லாம்
புறத்த புகழும் இல. (9)

செயற்பாலது ஓரும் அறனே, ஒருவற்கு
உயர்பாலது ஓரும் பழி. (10)

இவை நான்கும் பாயிரம்

CH. 4 The Power of Virtue

Virtue will confer heaven and wealth; what greater source of happiness can man possess? 1

There can be no greater source of good than (the practice of) virtue; than the forgetfulness of it, there can be no greater source of evil. 2

As much as possible, in every way, incessantly practise virtue. 3

Whatever is done with a spotless mind is virtue; all else is vain show. 4

That conduct is virtue which is free from these four things: malice, desire, anger and bitter speech. 5

Say not we will hereafter make choice (of virtue); be virtuous now; in the hour of death, she will be to you a deathless help. 6

You need not describe (in books) the course of virtue; (point out to the sight) the bearer of a palanquin and him who rides in it. 7

He who suffers no day to pass unimproved, but (continually) does some good, such conduct, will be a stone to stop the approach of other births. 8

That pleasure only which flows from virtue is pleasure; all else is not pleasure, and it is without praise. 9

That which it is meet to do is virtue; that which is meet to abandon is vice. 10

இல்லறவியல்

அதிகாரம் 5 இல் வாழ்க்கை

இல்வாழ்வான் என்பான் இயல்புடைய மூவர்க்கும்
நல்ஆற்றின் நின்ற துணை. (1)

துறந்தார்க்கும் துவ்வா தவர்க்கும் இறந்தார்க்கும்
இல்வாழ்வான் என்பான் துணை. (2)

தென்புலத்தார் தெய்வம் விருந்துஒக்கல் தான்என்றாங்கு
ஐம்புலத்தாறு ஓம்பல் தலை. (3)

பழிஅஞ்சிப் பாத்தூண் உடைத்தாயின் வாழ்க்கை
வழிஎஞ்சல் எஞ்ஞான்றும் இல். (4)

அன்பும் அறனும் உடைத்தாயின் இல்வாழ்க்கை
பண்பும் பயனும் அது. (5)

அறத்தாற்றின் இல்வாழ்க்கை ஆற்றின் புறத்தாற்றில்
போஒய்ப் பெறுவது எவன்? (6)

இயல்பினான் இல்வாழ்க்கை வாழ்பவன் என்பான்
முயல்வாருள் எல்லாம் தலை. (7)

ஆற்றின் ஒழுக்கி அறனிழுக்கா இல்வாழ்க்கை
நோற்பாரின் நோன்மை உடைத்து. (8)

அறன்எனப் பட்டதே இல்வாழ்க்கை; அஃதும்
பிறன்பழிப்பது இல்லாயின் நன்று. (9)

வையத்துள் வாழ்வாங்கு வாழ்பவன் வான்உறையும்
தெய்வத்துள் வைக்கப் படும். (10)

CH.5 The Domestic State

He will be called a (true) householder, who is a firm support to the virtuous of the three orders in thier good path. 1

He will be said to flourish in domestic virtue who aids the forsaken, the poor, and the dead. 2

The chief (duty of the householder) is to preserve the five-fold rule (of conduct) towards the manes, the Gods, his guests, his relations, and himself. 3

His descendants shall never fail who, living in the domestic state, fears vice (in the acquisition of property) and shares his food (with others). 4

If the married life possesses love and virtue, these will be both its duty and reward. 5

What will he who lives virtuously in the domestic state gain by going into the other state? 6

Among all those who labour (for future happiness) he is greatest who lives well in the household state. 7

The householder who, not swerving from virtue, helps the ascetic in his way endures more than those who endure penance. 8

The marriage-state is truly called virtue. The other state is also good, if others do not reproach it. 9

He, who on earth has lived in the conjugal state as he should live, will be placed among the Gods who dwell in heaven. 10

அதிகாரம் 6 வாழ்க்கைத் துணை நலம்

மனைத்தக்க மாண்புஉடைய ளாகித்தன் கொண்டான்
வளத்தக்காள் வாழ்க்கைத் துணை. (1)

மனைமாட்சி இல்லாள்கண் இல்லாயின் வாழ்க்கை
எனைமாட்சித் துஆயினும் இல். (2)

இல்லதுஎன் இல்லவள் மாண்பானால் உள்ளதுஎன்
இல்லவள் மாணாக் கடை? (3)

பெண்ணின் பெருந்தக்க யாவுள கற்புஎன்னும்
திண்மைஉண் டாகப் பெறின். (4)

தெய்வம் தொழாஅள் கொழுநன் தொழுதுஎழுவாள்
பெய்எனப் பெய்யும் மழை.

தற்காத்துத் தற்கொண்டான் பேணித் தகைசான்ற
சொல்காத்துச் சோர்வுஇலாள் பெண். (6)

சிறைகாக்கும் காப்புஎவன் செய்யும் மகளிர்
நிறைகாக்கும் காப்பே தலை. (7)

பெற்றான் பெறிற்பெறுவர் பெண்டிர் பெருஞ்சிறப்புப்
புத்தேளிர் வாழும் உலகு. (8)

புகழ்புரிந்த இல்இலோர்க்கு இல்லை இகழ்வார்முன்
ஏறுபோல் பீடு நடை. (9)

மங்கலம் என்ப மனைமாட்சி; மற்று அதன்
நன்கலம் நன்மக்கட் பேறு. (10)

CH.6 The Virtue of a Wife

She who has the excellence of home virtues, and can prudently expend the property of her husband, is a help in the domestic state. 1

If the wife be without domestic excellence, whatever (other) greatness (be possessed in) the conjugal state, it is nothing. 2

If his wife be eminent (in virtue), what does (that man) not possess? If she be without excellence, what does (he) possess? 3

What is more excellent than a wife, if she possess the stability of chastity? 4

She who does not worship God but who, on rising, worships her husband, if she says let it rain, it will rain. 5

She is a wife who unweariedly guards herself, takes care of her husband, and preserves an unsullied fame. 6

What avails the guard of a prison? The chief guard of woman is her chastity. 7

If women show reverence to their husbands, they will obtain great excellence in the world where the gods flourish. 8

The man whose wife seeks not the praise (of chastity) cannot walk with lion-like stately step, before those who revile him. 9

The excellence of a wife is the good of her husband; and good children are the jewels of that goodness. 10

அதிகாரம் 7 புதல்வரைப் பெறுதல்

பெறுமவற்றுள் யாமறிவது இல்லை; அறிவறிந்த
மக்கட்பேறு அல்ல பிற. (1)

எழுபிறப்பும் தீயவை தீண்டா; பழிபிறங்காப்
பண்புடை மக்கள் பெறின். (2)

தம்பொருள் என்பதம் மக்கள்; அவர்பொருள்
தம்தம் வினையான் வரும். (3)

அமிழ்தினும் ஆற்ற இனிதேதம் மக்கள்
சிறுகை அளாவிய கூழ். (4)

மக்கள்மெய் தீண்டல் உடற்குஇன்பம்; மற்று அவர்
சொல்கேட்டல் இன்பம் செவிக்கு. (5)

குழலினிது யாழினிது என்பதம் மக்கள்
மழலைச்சொல் கேளா தவர். (6)

தந்தை மகற்குஆற்றும் நன்றி அவையத்து
முந்தி இருப்பச் செயல். (7)

தம்மின்தம் மக்கள் அறிவுடைமை மாநிலத்து
மன்னுயிர்க்கு எல்லாம் இனிது. (8)

ஈன்ற பொழுதின் பெரிதுஉவக்கும் தன்மகனைச்
சான்றோன் எனக்கேட்ட தாய். (9)

மகன்தந்தைக்கு ஆற்றும் உதவி, ‘இவன்தந்தை
என்நோற்றான் கொல்!’ எனும் சொல். (10)

CH.7 On Obtaining Children

Among all the benefits that may be acquired, we know no greater benefit than the acquisition of intelligent children. 1

The evils of the seven births shall not touch those who obtain children of a good disposition and free from vice. 2

Men will call their sons their wealth, because it flows to them through the deeds which they perform on their behalf. 3

The rice in which the little hand of their children has dabbled will be far sweeter (to the parents) than ambrosia. 4

The touch of children gives pleasures to the body, the sound of their voice is pleasure to the ear. 5

"The pipe is sweet, the lute is sweet," say those who have not heard the prattle of their own children. 6

The benefit which a father should confer on his son is to give him precedence in the assembly of the learned. 7

It is pleasant to all the powerful creatures of the great earth that their children should possess more knowledge than themselves. 8

The mother who hears her son called "a wise man" will rejoice more than she did at his birth. 9

(So to act) that it may be said "by what great penance did his father obtain him!" is the benefit which a son should render to his father. 10

அதிகாரம் 8 அன்பு உடைமை

அன்பிற்கும் உண்டோ அடைக்குந்தாழ்? ஆர்வலர்
புன்கணீர் பூசல் தரும். (1)

அன்பிலார் எல்லாம் தமக்குஉரியர்; அன்புடையார்
என்பும் உரியர் பிறர்க்கு. (2)

அன்போடு இயைந்த வழக்குஎன்ப ஆருயிர்க்கு
என்போடு இயைந்த தொடர்பு. (3)

அன்புஈனும் ஆர்வம் உடைமை; அதுஈனும்
நண்புஎன்னும் நாடாச் சிறப்பு. (4)

அன்புற்று அமர்ந்த வழக்கென்ப வையகத்து
இன்புற்றார் எய்தும் சிறப்பு. (5)

அறத்திற்கே அன்புசார்பு என்ப அறியார்;
மறத்திற்கும் அஃதே துணை. (6)

என்புஇல் அதனை வெயில்போலக் காயுமே
அன்புஇல் அதனை அறம். (7)

அன்பு அகத்து இல்லா உயிர்வாழ்க்கை வன்பாற்கண்
வற்றல் மரம்தளிர்த்த அற்று. (8)

புறத்து உறுப்பு எல்லாம் எவன்செய்யும் யாக்கை
அகத்து உறுப்பு அன்புஇல் அவர்க்கு? (9)

அன்பின் வழியது உயிர்நிலை; அஃது இலார்க்கு
என்புதோல் போர்த்த உடம்பு. (10)

CH.8 On Love

Is there any fastening that can shut in love? The sorrowful tear of the affectionate will publish the love that is within. 1

Those who are destitute of love appropriate all they have to themselves; but those who possess love consider even their bones to belong to others. 2

They say that the union of soul and body in man is the fruit of the union of love and virtue (in a former birth). 3

Love begets desire; and that (desire) begets the immeasurable excellence of friendship. 4

They say that the felicity of heaven and the happiness (of earth) are the fruit of virtue and love (in the conjugal state). 5

The ignorant say that love is an ally to virtue only, but it is also a help to vice. 6

Virtue will burn up the soul which is without love, even as the sun burns up the creature which is without bone. 7

The domestic state of that man whose mind is without love is like the flourishing of a withered tree upon the hard desert. 8

What will all the external members (of the body) avail those who are destitute of love, the internal member of the body? 9

That body is the dwelling of a soul which came in the path of love; the body of those who are without love is merely bone covered with skin. 10

அதிகாரம் 9 விருந்து ஓம்பல்

இருந்துஓம்பி இல்வாழ்வது எல்லாம் விருந்து ஓம்பி
வேளாண்மை செய்தற் பொருட்டு. (1)

விருந்து புறத்ததாத் தான்உண்டல் சாவா
மருந்துஎனினும் வேண்டற்பாற்று அன்று. (2)

வருவிருந்து வைகலும் ஓம்புவான் வாழ்க்கை
பருவந்து பாழ்படுதல் இன்று. (3)

அகனமர்ந்து செய்யாள் உறையும் முகனமர்ந்து
நல்விருந்து ஓம்புவான் இல். (4)

வித்தும் இடல்வேண்டும் கொல்லோ விருந்தோம்பி
மிச்சில் மிசைவான் புலம்? (5)

செல்விருந்து ஓம்பி வருவிருந்து பார்த்திருப்பான்
நல்விருந்து வானத் தவர்க்கு. (6)

இனைத்துணைத்து என்பதுஒன் றில்லை; விருந்தின்
துணைத்துணை வேள்விப் பயன். (7)

பரிந்துஓம்பிப் பற்றற்றேம் என்பர் விருந்துஓம்பி
வேள்வி தலைப்படா தார். (8)

உடைமையுள் இன்மை விருந்துஓம்பல் ஓம்பா
மடமை; மடவார்கண் உண்டு. (9)

மோப்பக் குழையும் அனிச்சம்; முகம்திரிந்து
நோக்கக் குழையும் விருந்து. (10)

CH. 9 On Hospitality

The whole design of living in the domestic state and laying up (property) is (to be able) to exercise the benevolence of hospitality. 1

It is not fit that one should wish his guests to be outside (his house) even though he were eating the food of immortality. 2

The family of the man that daily entertains the guests who come to him shall not be laid waste by poverty. 3

Lakshmi with joyous mind shall dwell in the house of that man who, with cheerful countenance, entertains the good as guests. 4

Is it necessary to sow seed in the field of the man who, having feasted his guests, eats what may remain? 5

He who, having entertained the guests that have come, looks out for others who may yet come will be a welcome guest to the inhabitants of heaven. 6

The advantages of benevolence cannot be measured; the measure (of the virtue) of the guests (entertained) is the only measure. 7

Those who have taken no part in the benevolence of hospitality shall (at length) lament saying, "We have laboured and laid up wealth and are now without support." 8

That stupidity which exercises no hospitality is poverty in the midst of wealth. It is the property of the stupid. 9

As the Anicham flower fades in smelling, so fades the feast when the face is turned away. 10

அதிகாரம் 10 இனியவை கூறல்

இன்சொலால் ஈரம் அளைஇப் படிறுஇலவாம்
செம்பொருள் கண்டார்வாய்ச் சொல். (1)

அகன்அமர்ந்து ஈதலின் நன்றே முகன்அமர்ந்து
இன்சொலன் ஆகப் பெறின். (2)

முகத்தான் அமர்ந்துஇனிது நோக்கி அகத்தான்ஆம்
இன்சொ லினதே அறம். (3)

துன்புறூஉம் துவ்வாமை இல்ஆகும் யார்மாட்டும்
இன்புறூஉம் இன்சொல் அவர்க்கு. (4)

பணிவுடையன் இன்சொலன் ஆதல் ஒருவற்கு
அணி; அல்லமற்றுப் பிற. (5)

அல்லவை தேய அறம்பெருகும் நல்லவை
நாடி இனிய சொலின். (6)

நயன்ஈன்று நன்றி பயக்கும், பயன்ஈன்று
பண்பின் தலைப்பிரியாச் சொல். (7)

சிறுமையுள் நீங்கிய இன்சொல் மறுமையும்
இம்மையும் இன்பம் தரும். (8)

இன்சொல் இனிது ஈன்றல் காண்பான் எவன்கொலோ
வன்சொல் வழங்கு வது? (9)

இனிய உளவாக இன்னாத கூறல்
கனிஇருப்பக் காய்கவர்ந் தற்று. (10)

CH.10 On Sweetness of Speech

Sweet speech flows from love, is free from deceit and is the word of the mouth of the virtuous. 1

Sweet speech with a cheerful countenance is better than a gift made with a joyous mind. 2

Sweet speech, flowing from the heart (uttered) with a cheerful countenance and a sweet look is true virtue. 3

Sorrow-increasing poverty shall not come upon those who use in all cases pleasure-increasing sweetness of speech. 4

Humility and sweetness of speech are the ornaments of man; all others are not (ornaments). 5

If a man while seeking to speak usefully, speaks also sweetly, his sins will diminish and his virtue increase.6

That speech which, while imparting benefits ceases not to please will yield righteousness (for this world) and merit (for the next world). 7

Sweet speech, free from meanness, will give pleasure both in this world and in the next. 8

Why does he use harsh words who sees the pleasure which sweet speech yields? 9

To say disagreeable things when agreeable are at hand, is like eating unripe fruit when there is ripe. 10

அதிகாரம் 11 செய்ந்நன்றி அறிதல்

செய்யாமல் செய்த உதவிக்கு வையகமும்
வானகமும் ஆற்றல் அரிது. (1)

காலத்தி னாற்செய்த நன்றி சிறிதுஎனினும்
ஞாலத்தின் மாணப் பெரிது. (2)

பயன்தூக்கார் செய்த உதவி நயன்தூக்கின்
நன்மை கடலின் பெரிது. (3)

தினைத்துணை நன்றி செயினும் பனைத் துணையாக்
கொள்வர் பயன்தெரி வார். (4)

உதவி வரைத்தன்று உதவி; உதவி
செயப்பட்டார் சால்பின் வரைத்து. (5)

மறவற்க மாசு அற்றார் கேண்மை; துறவற்க
துன்பத்துள் துப்பாயார் நட்பு. (6)

எழுமை எழுபிறப்பும் உள்ளுவர் தம்கண்
விழுமம் துடைத்தவர் நட்பு. (7)

நன்றி மறப்பது நன்றுஅன்று; நன்றுஅல்லது
அன்றே மறப்பது நன்று. (8)

கொன்ற அன்ன இன்னாசெயினும் அவர்செய்த
ஒன்றுநன்று உள்ளக் கெடும். (9)

எந்நன்றி கொன்றார்க்கும் உய்வுண்டாம்; உய்வில்லை
செய்ந்நன்றி கொன்ற மகற்கு. (10)

CH.11 On Gratitude

The gift of heaven and earth is not an equivalent for a benefit which is conferred where none had been received. 1

A favour conferred in the time of need, though it be small (in itself) is (in value) much larger than the world. 2

If we weigh the excellence of a benefit which is conferred without weighing the return, it is larger than the sea. 3

Though the benefit conferred be as small as a millet seed, those who know its advantage will consider it as large as a palmyra tree. 4

The benefit itself is not the measure of the benefit; the worth of those who have received it is its measure. 5

Forget not the benevolence of the blameless; forsake not the friendship of those who have been your staff in adversity. 6

(The wise) will remember throughout their seven-fold births the love of those who have wiped away the falling tear from their eyes. 7

It is not good to forget a benefit; it is good to forget an injury even in the moment (in which it is inflicted). 8

Though one inflict an injury great as murder, it will perish before the thought of one benefit (formerly) conferred. 9

He who has killed every virtue may yet escape; there is no escape for him who has killed a benefit. 10

அதிகாரம் 12 நடுவு நிலைமை

தகுதி எனஒன்று நன்றே, பகுதியால்
பாற்பட்டு ஒழுகப் பெறின். (1)

செப்பம் உடையவன் ஆக்கம் சிதைவின்றி
எச்சத்திற்கு ஏமாப்பு உடைத்து. (2)

நன்றே தரினும் நடுவுஇகந்து ஆம் ஆக்கத்தை
அன்றே ஒழிய விடல். (3)

தக்கார் தகவிலர் என்பது அவரவர்
எச்சத்தால் காணப் படும். (4)

கேடும் பெருக்கமும் இல் அல்ல; நெஞ்சத்துக்
கோடாமை சான்றோர்க்கு அணி. (5)

கெடுவல்யான் என்பது அறிக தன்நெஞ்சம்
நடுவுஒரீஇ அல்ல செயின். (6)

கெடுவாக வையாது உலகம் நடுவாக
நன்றிக்கண் தங்கியான் தாழ்வு. (7)

சமன்செய்து சீர்தூக்கும் கோல்போல் அமைந்து ஒருபால்
கோடாமை சான்றோர்க்கு அணி. (8)

சொற்கோட்டம் இல்லது செப்பம்; ஒருதலையா
உட்கோட்டம் இன்மை பெறின். (9)

வாணிகம் செய்வார்க்கு வாணிகம் பேணிப்
பிறவும் தம்போல் செயின். (10)

CH. 12 On Equity

That equity which consists in acting with equal regard to each of (the three) divisions of men is a pre-eminent virtue. 1

The wealth of the man of rectitude will not perish, but will bring happiness to his posterity. 2

Forsake even in the moment (of acquisition) that gain which, though it should bring advantage, is without equity. 3

The upright and the crooked may be known by (the character of) thier off spring. 4

Loss and gain come not without cause; it is the ornament of the wise to preserve evenness of mind (under both). 5

Let him whose mind departing from equity commits sin well consider thus with himself, "I shall perish." 6

The great will not regard as poverty the low estate of that man who dwells in the virtue of equity. 7

To incline to neither side, but to rest impartial as the even fixed scale is the ornament of the wise. 8

Freedom from crooked speech is rectitude if it be accompanied by steady freedom from crookedness within. 9

The true merchandize of merchants is to guard and do by the things of others as they do by their own. 10

அதிகாரம் 13 அடக்கம் உடைமை

அடக்கம் அமரருள் உய்க்கும்; அடங்காமை
ஆர்இருள் உய்த்து விடும் (1)

காக்க பொருளா அடக்கத்தை, ஆக்கம்
அதனினூஉங்கு இல்லை உயிர்க்கு. (2)

செறிவுஅறிந்து சீர்மை பயக்கும் அறிவுஅறிந்து
ஆற்றின் அடங்கப் பெறின். (3)

நிலையின் திரியாது அடங்கியான் தோற்றம்
மலையினும் மாணப் பெரிது. (4)

எல்லார்க்கும் நன்றாம் பணிதல்; அவருள்ளும்
செல்வர்க்கே செல்வம் தகைத்து. (5)

ஒருமையுள் ஆமைபோல் ஐந்தடக்கல் ஆற்றின்
எழுமையும் ஏமாப்பு உடைத்து. (6)

யாகாவார் ஆயினும் நாகாக்க; காவாக்கால்
சோகாப்பர் சொல் இழுக்குப்பட்டு. (7)

ஒன்றானும் தீச்சொற் பொருட்பயன் உண்டாயின்
நன்று ஆகாது ஆகிவிடும். (8)

தீயினால் சுட்டபுண் உள்ஆறும்; ஆறாதே
நாவினால் சுட்ட வடு. (9)

கதம்காத்துக் கற்றுஅடங்கல் ஆற்றுவான் செவ்வி
அறம்பார்க்கும் ஆற்றின் நுழைந்து. (10)

CH.13 On Self-Control

Self-control will place (a man) among the gods;-- the want of it will drive (him) into the thickest darkness. (of hell). 1

Let self-control be guarded as a treasure; there is no greater source of good for man than that. 2

If a man, knowing that self-control is knowledge, in the appointed way controls himself, such self-control, known by the wise, will bring distinction. 3

More lofty than a mountain will be the greatness of that man who, without swerving from his proper state, controls himself. 4

Humility is good in all: but especially in the rich it is (the excellence) of higher riches. 5

He who, throughout one birth, like a tortoise, keeps in his five senses, will obtain happiness throughout the seven births. 6

Though you guard nothing else, guard your tongue; as for those who do not guard it, their words will be drawn into evil and they will suffer distress. 7

Good will be changed into evil if (a man speak) even one word of evil meaning. 8

The wound which has been burnt in by fire may heal, but a wound burnt in by the tongue will never heal. 9

Virtue seeking for an opportunity will come into the path of that man who guards against anger and has learnt to control himself. 10

அதிகாரம் 14 ஒழுக்கம் உடைமை

ஒழுக்கம் விழுப்பம் தரலால் ஒழுக்கம்
உயிரினும் ஓம்பப் படும் (1)

பரிந்துஓம்பிக் காக்க வொழுக்கம்; தெரிந்துஓம்பித்
தேரினும் அஃதே துணை (2)

ஒழுக்கம் உடைமை குடிமை; இழுக்கம்
இழிந்த பிறப்பாய் விடும் (3)

மறப்பினும் ஓத்துக் கொளலாகும் பார்ப்பான்
பிறப்புஒழுக்கம் குன்றக் கெடும் (4)

அழுக்கா று உடையான்கண் ஆக்கம்போன்று இல்லை
ஒழுக்கம் இலான்கண் உயர்வு (5)

ஒழுக்கத்தின் ஒல்கார் உரவோர் இழுக்கத்தின்
ஏதம் படுபாக்கு அறிந்து (6)

ஒழுக்கத்தின் எய்துவர் மேன்மை; இழுக்கத்தின்
எய்துவர் எய்தாப் பழி (7)

நன்றிக்கு வித்தாகும் நல்லொழுக்கம்; தீயொழுக்கம்
என்றும் இடும்பைத் தரும் (8)

ஒழுக்கம் உடையவர்க்கு ஒல்லாவே தீய
வழுக்கியும் வாயாற் சொலல் (9)

உலகத்தொடு ஒட்ட ஒழுகல் பலகற்றும்
கல்லார் அறிவிலா தார் (10)

CH.14 Propriety of Conduct

Propriety of conduct leads to eminence; therefore should it be preserved more carefully than life. 1

Let propriety of conduct be laboriously preserved and guarded; though one know and practise and excel in many virtues, that will be an eminent aid. 2

Propriety of conduct is true greatness of birth; improper conduct will sink into a mean birth. 3

A Brahmin though he should forget the Veda may recover it by reading; but, if he fail in propriety of conduct, even his high birth will be destroyed. 4

Even as the envious man will be without wealth, so will the man destitute of propriety of conduct be without greatness. 5

The firm in mind will not slacken in their observance of the proprieties of life, knowing the misery that flows from the transgression of them. 6

From propriety of conduct men obtain greatness; from impropriety comes insufferable disgrace. 7

Propriety of conduct is the seed of virtue; impropriety will ever cause sorrow. 8

Those who study propriety of conduct will not speak evil, even forgetfully. 9

Those who know not how to act agreeably to the world, though they have learnt many things, are still ignorant. 10

அதிகாரம் 15 பிறன் இல் விழையாமை

பிறன்பொருளாள் பெட்டுஒழுகும் பேதைமை ஞாலத்து
அறம்பொருள் கண்டார்கண் இல். (1)

அறன்கடை நின்றாருள் எல்லாம் பிறன்கடை
நின்றாரின் பேதையார் இல் (2)

விளிந்தாரின் வேறல்லர் மன்ற தெளிந்தார்இல்
தீமை புரிந்தொழுகு வார் (3)

எனைத்துணைய ராயினும் என்னாம், தினைத்துணையும்
தேரான் பிறன்இல் புகல் (4)

எளிதென இல்லிறப்பான் எய்தும்எஞ் ஞான்றும்
விளியாது நிற்கும் பழி (5)

பகைபாவம் அச்சம் பழிஎன நான்கும்
இகவாவாம் இல்இறப்பான் கண் (6)

அறனியலான் இல்வாழ்வான் என்பான் பிறனியலாள்
பெண்மை நயவா தவன் (7)

பிறன்மனை நோக்காத பேராண்மை சான்றோர்க்கு
அறனொன்றோ, ஆன்ற ஒழுக்கு (8)

நலக்குரியார் யாரெனின் நாமநீர் வைப்பில்
பிறற்குரியாள் தோள்தோயா தார் (9)

அறன்வரையான் அல்ல செயினும் பிறன்வரையாள்
பெண்மை நயவாமை நன்று (10)

CH.15 Against Desiring Another's Wife

The folly of desiring her who is the property of another will not be found in those who know (the attributes of) virtue and (the rights of) property. 1

Among all those who stand on the outside of virtue there are no greater fools than those who stand outside their neighbour's door. 2

Certainly they are no better than dead men who desire evil towards the wife of those who undoubtingly confide in them. 3

However great one may be, what does it avail if, without at all considering his guilt, he goes unto the wife of another? 4

He who thinks lightly of going unto the wife of another acquires guilt that will abide with him imperishably and for ever 5

Hatred, sin, fear, disgrace: these four will never leave him who goes unto his neighbour's wife. 6

He who desires not the womanhood of her who should walk according to the will of another will be praised as a virtuous house-holder. 7

That noble manliness which looks not at the wife of another is the virtue and dignity of the great. 8

It is asked, "Who are those who shall obtain good in this world surrounded by the terror-producing sea?" Those who touch not the shoulder of her who belongs to another. 9

Though a man perform no virtuous deeds and commit (every) vice, it will be well if he desire not the womanhood of her who is within the limit (of the house) of another. 10

அதிகாரம் 16 பொறை உடைமை

அகழ்வாரைத் தாங்கும் நிலம்போலத் தம்மை
இகழ்வார்ப் பொறுத்தல் தலை (1)

பொறுத்தல் இறப்பினை என்றும் அதனை
மறத்தல் அதனினும் நன்று (2)

இன்மையுள் இன்மை விருந்துஒரால்; வன்மையுள்
வன்மை மடவார்ப் பொறை (3)

நிறைஉடைமை நீங்காமை வேண்டின் பொறைஉடைமை
போற்றி ஒழுகப் படும் (4)

ஒறுத்தாரை ஒன்றாக வையாரே; வைப்பர்
பொறுத்தாரைப் பொன்போல் பொதிந்து (5)

ஒறுத்தார்க்கு ஒரு நாளை இன்பம்; பொறுத்தார்க்குப்
பொன்றும் துணையும் புகழ் (6)

திறன்அல்ல தன்பிறர் செய்யினும் நோநொந்து
அறன்அல்ல செய்யாமை நன்று (7)

மிகுதியான் மிக்கவை செய்தாரைத் தாம்தம்
தகுதியான் வென்று விடல் (8)

துறந்தாரின் தூய்மை உடையர் இறந்தார்வாய்
இன்னாச்சொல் நோற்கிற் பவர் (9)

உண்ணாது நோற்பார் பெரியர்; பிறர்சொல்லும்
இன்னாச்சொல் நோற்பாரின் பின் (10)

CH. 16 On Patience

To bear with those who revile us, even as the earth bears up those who dig it, is the first of virtues. 1

Bear with reproach even when you can retaliate; but to forget it will be still better than that. 2

To neglect hospitality is poverty of poverty. To bear with the ignorant is might of might. 3

If you desire that greatness should never leave, you must preserve in your conduct the exercise of patience. 4

(The wise) will not at all esteem the resentful. They will esteem the patient even as the gold which they lay up with care. 5

The pleasure of the resentful continues for a day. The praise of the patient will continue until (the world) passes away. 6

Though others inflict injuries on you, yet compassionating the sorrow (that will come upon them) it will be well not to do to them anything contrary to virtue. 7

Let a man by patience overcome those who through pride commit excesses. 8

Those who bear with the uncourteous speech of the insolent are purer than ascetics. 9

Those who endure abstinence from food are great, next to those who endure the uncourteous speech of others. 10

அதிகாரம் 17 அழுக்காறாமை

ஒழுக்குஆறாக் கொள்க ஒருவன்தன் நெஞ்சத்து
அழுக்காறு இலாத இயல்பு (1)

விழுப்பேற்றின் அஃதொப்பது இல்லையார் மாட்டும்
அழுக்காற்றின் அன்மை பெறின் (2)

அறன்ஆக்கம் வேண்டாதான் என்பான் பிறனாக்கம்
பேணாது அழுக்கறுப் பான். (3)

அழுக்காற்றின் அல்லவை செய்யார் இழுக்காற்றின்
ஏதம் படுபாக்கு அறிந்து. (4)

அழுக்காறு உடையார்க்கு அதுசாலும்; ஒன்னார்
வழுக்கியும் கேடீன் பது (5)

கொடுப்பது அழுக்கறுப்பான் சுற்றம் உடுப்பதூஉம்
உண்பதூஉம் இன்றிக் கெடும் (6)

அவ்வித்து அழுக்காறு உடையானைச் செய்யவள்
தவ்வையைக் காட்டி விடும் (7)

அழுக்காறு எனஒரு பாவி திருச்செற்றுத்
தீஉழி உய்த்து விடும் (8)

அவ்விய நெஞ்சத்தான் ஆக்கமும் செவ்வியான்
கேடும் நினைக்கப் படும் (9)

அழுக்கற்று அகன்றாரும் இல்லை; அஃதில்லார்
பெருக்கத்தில் தீர்ந்தாரும் இல் (10)

CH. 17

Against Envy

Let a man esteem that disposition which is free from envy in the same manner as propriety of conduct. 1

Amongst all attainable excellences there is none equal to that of being free from envy towards every one. 2

Of him who instead of rejoicing in the wealth of others, envies it, it will be said "He neither desires virtue nor wealth.." 3

(The wise) knowing the misery that comes from transgression will not through envy commit unrighteous deeds. 4

To those who cherish envy that is enough. Though enemies fail (in their attempts), that will bring destruction. 5

He who is envious at a gift (made to another) his relations and even his clothing and his food will utterly perish. 6

Lakshmi envying the prosperity of the envious man will depart and introduce her sister to him. 7

The sinner's envy will destroy (a man's) wealth (in this world) and drive him into the pit of fire (in the next world). 8

The wealth of a man of envious mind and the poverty of an upright man will be pondered. 9

Never have the envious become great; never have those who are free from envy been without greatness. 10

அதிகாரம் 18 வெஃகாமை

நடுவுஇன்றி நன்பொருள் வெஃகின் குடிபொன்றிக்
குற்றமும் ஆங்கே தரும். (1)

படுபயன் வெஃகிப் பழிப்படுவ செய்யார்
நடுவு அன்மைநாணு பவர். (2)

சிற்றின்பம் வெஃகி அறனல்ல செய்யாரே
மற்றின்பம் வேண்டு பவர். (3)

இலம்என்று வெஃகுதல் செய்யார் புலம்வென்ற
புன்மையில் காட்சி யவர். (4)

அஃகி அகன்ற அறிவுஎன்னாம் யார்மாட்டும்
வெஃகி வெறிய செயின்? (5)

அருள்வெஃகி ஆற்றின்கண் நின்றான் பொருள்வெஃகிப்
பொல்லாத சூழக் கெடும். (6)

வேண்டற்க வெஃகிஆம் ஆக்கம்; விளைவயின்
மாண்டற்கு அறிதாம் பயன். (7)

அஃகாமை செல்வத்திற்கு யாதெனின் வெஃகாமை
வேண்டும் பிறன்கைப் பொருள். (8)

அறனறிந்து வெஃகா அறிவுடையார்ச் சேரும்
திறனறிந்து ஆங்கே திரு. (9)

இறல்ஈனும் எண்ணாது வெஃகின்; விறல்ஈனும்
வேண்டாமை என்னும் செருக்கு. (10)

CH.18 Against Covetousness

If a man departing from equity covet the property (of others), at that very time will his family be destroyed and guilt be incurred. 1

Those who blush at the want of equity will not commit disgraceful acts through desire of the profit that may be gained. 2

Those who desire the higher joy will not act unjustly through desire of the trifling joy (of this life). 3

The wise who have conquered their senses and are free from crime will not covet (the things of others), saying "We are destitute." 4

What is the advantage of extensive and accurate knowledge of a man through covetousness act senselessly towards all? 5

He who through desire of the favour (of God) abides in the path (in which it may be obtained) if he covet (the property of others) and think of evil methods (to obtain it) he will perish. 6

Desire not the gain of covetousness. In the enjoyment of its fruits there is no glory. 7

Do you ask "What is the indestructibility of wealth?" It is to be free from coveting the possessions of others. 8

Lakshmi, knowing the manner (in which she may approach) will immediately come to those wise men who, knowing that it is virtue, covet not the property of others. 9

(Without regard of consequences) to covet (the wealth of another) will bring destruction. That greatness (of mind) which covets not will give victory. 10

அதிகாரம் 19 புறங்கூறாமை

அறம்கூறான் அல்ல செயினும் ஒருவன்
புறம்கூறான் என்றல் இனிது. (1)

அறன்அழீஇ அல்லவை செய்தலின் தீதே
புறன்அழீஇப் பொய்த்து நகை. (2)

புறங்கூறிப் பொய்த்துயிர் வாழ்தலின் சாதல்
அறங்கூறும் ஆக்கம் தரும். (3)

கண்நின்று கண்ணறச் சொல்லினும் சொல்லற்க
முன்இன்று பின்னோக்காச் சொல். (4)

அறஞ்சொல்லும் நெஞ்சத்தான் அன்மை புறஞ்சொல்லும்
புன்மையாற் காணப் படும். (5)

பிறன்பழி கூறுவான் தன்பழி யுள்ளும்
திறன்தெரிந்து கூறப் படும். (6)

பகச்சொல்லிக் கேளிர்ப் பிரிப்பர், நகச்சொல்லி
நட்பாடல் தேற்றா தவர். (7)

துன்னியார் குற்றமும் தூற்றும் மரபினார்
என்னைகொல் ஏதிலார் மாட்டு? (8)

அறன்நோக்கி ஆற்றுங்கொல் வையம் புறன்நோக்கிப்
புன்சொல் உரைப்பான் பொறை. (9)

ஏதிலார் குற்றம்போல் தன்குற்றம் காண்கிற்பின்
தீதுண்டோ மன்னும் உயிர்க்கு? (10)

CH.19 Against Backbiting

Though one do not even speak of virtue and live in sin, it will be well if it be said of him "He does not backbite." 1

Deceitfully to smile (in another's presence) after having reviled him to his destruction (behind his back) is a greater evil than the commission of (every other) sin and the destruction of (every) virtue. 2

Death rather than life will confer upon the deceitful backbiter the profit which (the treatises on) virtue point out. 3

Though you speak without kindness before another's face, speak not behind his back words which regard not the subsequent (guilt). 4

The emptiness of that man's mind who (merely) praises virtue will be seen from the meanness of reviling another behind his back. 5

The character of the faults of that man who publishes abroad the faults of others will be sought out and published. 6

Those who know not with laughter-producing speech to live in friendship will separate friends with division-producing speech. 7

What will those not do to strangers whose nature leads them to publish abroad the faults of their intimate friends? 8

The world through charity supports the weight of those who, observing that others are absent, speak reproachful worlds. 9

If they observed their own faults as they observe the faults of others, would this evil of backbiting still exist among men? 10

அதிகாரம் 20 பயன் இல சொல்லாமை

பல்லார் முனியப் பயனில சொல்லுவான்
எல்லாரும் எள்ளப் படும். (1)

பயனில பல்லார்முன் சொல்லல் நயனில
நட்டார்கண் செய்தலின் தீது. (2)

நயனிலன் என்பது சொல்லும் பயனில
பாரித்து உரைக்கும் உரை. (3)

நயன்சாரா நன்மையின் நீங்கும் பயன்சாராப்
பண்பில்சொல் பல்லார் அகத்து. (4)

சீர்மை சிறப்பொடு நீங்கும் பயனில
நீர்மை உடையார் சொலின். (5)

பயனில்சொல் பாராட்டுவானை மகன் எனல்;
மக்கள் பதடி எனல். (6)

நயனில சொல்லினும் சொல்லுக; சான்றோர்
பயனில சொல்லாமை நன்று. (7)

அரும்பயன் ஆயும் அறிவினார் சொல்லார்
பெரும்பயன் இல்லாத சொல். (8)

பொருள்தீர்ந்த பொச்சாந்தும் சொல்லார் மருள்தீர்ந்த
மாசறு காட்சி யவர். (9)

சொல்லுக சொல்லின் பயனுடைய; சொல்லற்க
சொல்லின் பயனிலாச் சொல். (10)

CH.20 Against Profitless Conversation

He who, to the disgust of many, speaks useless things will be despised by all. 1

To speak useless things in the presence of many is greater evil than to do unkind things towards friends.2

That conversation in which a man utters forth useless things will say of him "He is without virtue." 3

The words without profit or pleasure which a man speaks with many persons will have no union with virtue and will remove him from goodness. 4

If the good speak vain words, their eminence and excellence will leave them. 5

Call not him a man who parades forth empty words. Call him the chaff 'of men. 6

If you will speak things without excellence speak them. It will be well for the wise not to speak useless things. 7

The wise who seek for great advantage will not speak words that have not much profit. 8

Those wise men who are without faults and are freed from ignorance will not even forgetfully speak things that cannot profit. 9

You speak, speak what is useful. If you speak, speak not useless words. 10

அதிகாரம் 21 தீவினை அச்சம்

தீவினையார் அஞ்சார் விழுமியார் அஞ்சுவர்
தீவினை என்னும் செருக்கு. (1)

தீயவை தீய பயத்தலான் தீயவை
தீயினும் அஞ்சப் படும். (2)

அறிவினுள் எல்லாம் தலையென்ப தீய
செறுவார்க்கும் செய்யா விடல். (3)

மறந்தும் பிறன்கேடு சூழற்க; சூழின்,
அறம்சூழும் சூழ்ந்தவன் கேடு. (4)

இலன்என்று தீயவை செய்யற்க; செய்யின்,
இலனாகும் மற்றும் பெயர்த்து. (5)

தீப்பால தான் பிறர்கண் செய்யற்க; நோய்ப்பால
தன்னை அடல்வேண்டா தான். (6)

எனைப்பகை உற்றாரும் உய்வர்; வினைப்பகை
வீயாது பின்சென்று அடும். (7)

தீயவை செய்தார் கெடுதல் நிழல்தன்னை
வீயாது அடியுறைந் தற்று. (8)

தன்னைத்தான் காதலன் ஆயின் எனைத்தொன்றும்
துன்னற்க தீவினைப் பால். (9)

அருங்கேடன் என்ப தறிக மருங்கோடித்
தீவினை செய்யான் எனின். (10)

CH. 21 On the Fear of Sin

The evil will not fear--the excellent will fear, the pride of sin. 1

Because evil produces evil, therefore should evil be feared more than fire. 2

To do no evil even to enemies will be called the chief of all the virtues. 3

Even through forgetfulness, meditate not the ruin of another. Virtue will meditate the ruin of him who thus meditates. 4

Commit not evil, saying, "I am poor"; if you do, you will become poorer still. 5

Let him not do evil to others who desires not that sorrows should pursue himself. 6

However great be the enmity men have incurred, they may live. The enmity of sin will incessantly pursue and kill. 7

Destruction will dwell at the heels of those who commit evil even as theri shadow that leaves them not. 8

If a man love himself, let him not commit any sin however small. 9

Know ye that he is freed from destruction who commits no evil, going to neither side of the right path. 10

அதிகாரம் ௨௨ ஒப்புரவு அறிதல்

கைம்மாறு வேண்டா கடப்பாடு; மாரிமாட்டு
என்னாற்றுங் கொல்லோ உலகு. (1)

தாளாற்றித்தந்த பொருள் எல்லாம் தக்கார்க்கு
வேளாண்மை செய்தல் பொருட்டு. (2)

புத்தேள் உலகத்தும் ஈண்டும் பெறல் அரிதே
ஒப்புரவின் நல்ல பிற. (3)

ஒத்தது அறிவான் உயிர்வாழ்வான்; மற்றையான்
செத்தாருள் வைக்கப் படும். (4)

ஊருணி நீர்நிறைந் தற்றே உலகுஅவாம்
பேர் அறி வாளன் திரு. (5)

பயன்மரம் உள்ளூர்ப் பழுத்தற்றால் செல்வம்
நயனுடை யான்கண் 'படின். (6)

மருந்தாகித் தப்பா மரத்தற்றால் செல்வம்
பெருந்தகை யான்கண் படின். (7)

இடன்இல் பருவத்தும் ஒப்புரவிற்கு ஒல்கார்
கடன்அறி காட்சி யவர். (8)

நயனுடையான் நல்கூர்ந்தான் ஆதல் செயும்நீர
செய்யாது அமைகலா ஆறு. (9)

ஒப்புரவி னால்வரும் கேடுஎனின் அஃதுஒருவன்
விற்றுக்கோள் தக்கது உடைத்து. (10)

CH. 22 On Benevolence

Benevolence seeks not a return. What does the world give back to the clouds? 1

To exercise benevolence towards the worthy is the whole design of labouring and acquiring property. 2

It is difficult to obtain another good equal to benevolence either in the world of the gods or in this world. 3

He truly lives who knows (and discharges) the proper duties (of benevolence). He who knows them not will be reckoned among the dead. 4

The wealth of that man of eminent knowledge who desires (to exercise the benevolence approved of in) the world is like the full waters of a city tank. 5

The wealth of a man (possessed of the virtue) of benevolence is like ripening of a fruitful tree in the midst of a town. 6

Wealth is like a tree which, as a medicine, is an infallible cure for disease, if it be in the possession of a man who has the great excellence (of benevolence). 7

The wise who know what is duty will not diminish their benevolence even when they are without wealth. 8

To be in sorrow through inability to perform the benefits which should be performed is the poverty of a benevolent man. 9

If it be said that loss will result from benevolence, such loss is worth being procured by the sale of one's self. 10

அதிகாரம் 23 ஈகை

வறியார்க்கு ஒன்று ஈவதே ஈகை; மற்றெல்லாம்
குறியெதிர்ப்பை நீரது உடைத்து. (1)

நல்லாறு எனினும் கொளல்தீது; மேலுலகம்
இல்எனினும் ஈதலே நன்று. (2)

இலன்என்னும் எவ்வம் உரையாமை ஈதல்
குலன் உடையான் கண்ணே உள. (3)

இன்னாது இரக்கப் படுதல் இரந்தவர்
இன்முகம் காணும் அளவு. (4)

ஆற்றுவார் ஆற்றல் பசிஆற்றல் அப்பசியை
மாற்றுவார் ஆற்றலின் பின். (5)

அற்றார் அழிபசி தீர்த்தல்; அஃது ஒருவன்
பெற்றான் பொருள்வைப் புழி. (6)

பார்த்தூண் மரீஇயவனைப் பசி என்னும்
தீப்பிணி தீண்டல் அரிது. (7)

ஈத்துவக்கும் இன்பம் அறியார்கொல் தாமுடைமை
வைத்திழக்கும் வன்க ணவர்? (8)

இரத்தலின் இன்னாது மன்ற நிரப்பிய
தாமே தமியர் உணல். (9)

சாதலின் இன்னாதது இல்லை இனிது அதூஉம்
ஈதல் இயையாக் கடை. (10)

CH. 23 On Alms-Deeds

To give to the destitute is true charity. All other gifts have the nature of (what is done for) a measured return. 1

To beg is evil, even though it were said that it is a good path (to heaven). To give is good even though it were said that those who do so cannot obtain heaven. 2

(Even in a low state) not to adopt the mean expedient of saying. "I have nothing" but to give is the characteristic of the man of noble birth. 3

To see men begging from us is disagreeable until we see the pleasant countenance of those who beg. 4

The power of those who perform penance is the power of enduring hunger. It is inferior to the power of those who remove the hunger (of others). 5

The removal of the killing hunger of the poor is the place for one to lay up his wealth. 6

The fiery disease of hunger shall never touch him who habitually distributes his food to others. 7

Do the hard-eyed who lay up and loss their possessions not know the happiness which springs from the pleasure of giving? 8

Solitary and unshared eating for the sake of fullness of riches is certainly much more joyless than begging. 9

Nothing is more joyless than death; yet even that is joyful where charity cannot be exercised. 10

அதிகாரம் 24 புகழ்

ஈதல் இசைபட வாழ்தல் அது அல்ல(து)
ஊதியம் இல்லை உயிர்க்கு. (1)

உரைப்பார் உரைப்பவை எல்லாம் இரப்பார்க்கு ஒன்று
ஈவார்மேல் நிற்கும் புகழ். (2)

ஒன்றா உலகத் துயர்ந்த புகழல்லால்
பொன்றாது நிற்பது ஒன்றில். (3)

நிலவரை நீள்புகழ் ஆற்றின் புலவரைப்
போற்றாது புத்தேள் உலகு. (4)

நத்தம்போல் கேடும் உளதாகும் சாக்காடும்
வித்தகர்க்கு அல்லால் அரிது. (5)

தோன்றின் புகழொடு தோன்றுக; அஃதிலார்
தோன்றலின் தோன்றாமை நன்று. (6)

புகழ்பட வாழாதார் தம்நோவார், தம்மை
இகழ்வாரை நோவது எவன்? (7)

வசையென்ப வையத்தார்க்கு எல்லாம் இசைஎன்னும்
எச்சம் பெறாஅ விடின். (8)

வசைஇலா வண்பயன் குன்றும் இசைஇலா
யாக்கை பொறுத்த நிலம். (9)

வசைஒழிய வாழ்வாரே வாழ்வார்; இசைஒழிய
வாழ்வாரே வாழா தவர். (10)

இல்லறவியல் முற்றிற்று

CH. 24 On Praise

By giving live with praise. There is no greater profit to man than that. 1

Whatsoever is spoken in the world will abide as praise upon that man who gives one alms to the poor. 2

There is nothing that stands forth in the world imperishable, except fame, exalted in solitary greatness. 3

If one has acquired extensive fame within the limits of the earth, the world of the gods will no longer praise the gods. 4

Prosperous destruction and living death will abide with none but the illustrious. 5

If you appear (in this world), appear with fame. For, those who are destitute of it will be better not to be born than to be born. 6

Why do those who live without praise grieve those who despise them, though they do not grieve themselves? 7

Not to beget fame will be esteemed a disgrace by all who are in the world. 8

The ground which supports a body, without fame will diminish the reproachless riches of its produce. 9

Those live who live without disgrace. Those who live without fame live not. 10

துறவறவியல்

அதிகாரம் 25 அருள் உடைமை

அருட்செல்வம் செல்வத்துட் செல்வம்; பொருட்செல்வம்
பூரியார் கண்ணும் உள. (1)

நல்ஆற்றான் நாடி அருளாள்க பல்லாற்றான்
தேறினும் அஃதே துணை. (2)

அருள்சேர்ந்த நெஞ்சினார்க்கு இல்லை இருள்சேர்ந்த
இன்னா உலகம் புகல். (3)

மன்னுயிர் ஓம்பி அருளாள்வாற்கு இல்லென்ப
தன்னுயிர் அஞ்சும் வினை. 4)

அல்லல் அருளாள்வார்க்கு இல்லை; வளிவழங்கும்
மல்லன்மா ஞாலம் கரி. 5)

பொருள்நீங்கிப் பொச்சாந்தார் என்பர் அருள்நீங்கி
அல்லவை செய்தொழுகு வார். (6)

அருளில்லார்க்(கு) அவ்வுலகம் இல்லை; பொருளில்லார்க்கு
இவ்வுலக மில்லாகி யாங்கு. (7)

பொருளற்றார் பூப்பர் ஒருகால்; அருளற்றார்
அற்றார்மற் றாதல் அரிது. (8)

தெருளாதான் மெய்ப்பொருள் கண்டற்றால் தேரின்
அருளாதான் செய்யும் அறம். (9)

வலியார்முன் தன்னை நினைக்கதான் தன்னின்
மெலியார்மேல் செல்லும் இடத்து. (10)

CH. 25 Mercy

The wealth of kindness is wealth of wealth; the wealth of property is possessed by the basest of men, as well as by the good). 1

(Stand) in the good path, consider, and be kind; although you may perfectly study the rules of many different (sects), that (kindness) will be your best aid (in the acquisition of heavenly bliss). 2

They will never enter the world of darkness and wretchedness whose minds are the abode of kindness. 3

(The wise) say that the evils, which his soul would dread, will never come upon the man who exercises kindness and protects the life (of other creatures). 4

This great rich earth, over which the wind blows, is a witness that sorrow never comes upon the kind-hearted. 5

(The wise) say that those, who neglect kindness and practise cruelties, neglected virtue (in their former birth), and forgot (the sorrow they must suffer). 6

As this world is not for those who are without wealth, so, that world is not for those who are without kindness. 7

Those who are without wealth may, at some future time, become prosperous; those who are destitute of kindness are utterly destitute; for them there in no change. 8

If you consider the virtue of him who is without kindness it is like the perception of the True Being by him who is without wisdom. 9

When a man is about to rush upon those who are weaker than himself, let him remember how he has stood (trembling) before those who are stronger than himself. 10

அதிகாரம் 26 புலால் மறுத்தல்

தன்ஊன் பெருக்கற்குத் தான்பிறிது ஊன்உண்பான்
எங்ஙனம் ஆளும் அருள்? (1)

பொருளாட்சி போற்றாதார்க்கு இல்லை; அருளாட்சி
ஆங்கில்லை ஊன்தின் பவர்க்கு. (2)

படைகொண்டார் நெஞ்சம்போல் நன்றூக்காதொன்றான்
உடல்சுவை உண்டார் மனம். (3)

அருளல்ல தியாதெனின் கொல்லாமை கோறல்
பொருளல்லது அவ்வூன் தினல். (4)

உண்ணாமை உள்ளது உயிர்நிலை; ஊன்உண்ண
அண்ணாத்தல் செய்யா தளறு. (5)

தினற்பொருட்டால் கொல்லாது உலகெனின் யாரும்
விலைப்பொருட்டால் ஊன்தருவார் இல். (6)

உண்ணாமை வேண்டும் புலாஅல் பிறிதுஒன்றன்
புண்ணது உணர்வார்ப் பெறின். (7)

செயிரின் தலைப்பிரிந்த காட்சியார் உண்ணார்
உயிரின் தலைப்பிரிந்த ஊன். (8)

அவிசொரிந்து ஆயிரம் வேட்டலின் ஒன்றன்
உயிர்செகுத்து உண்ணாமை நன்று. (9)

கொல்லான் புலாலை மறுத்தானைக் கைகூப்பி
எல்லா உயிரும் தொழும். (10)

CH. 26 Abstinence from Flesh

How can he be possessed of kindness, who, to increase his own flesh, eats the flesh of other (creatures). 1

As those possess no property who do not take care of it, so those possess no kindness who feed on flesh. 2

Like the (murderous) mind of him who carries a weapon (in his hand), the mind of him who feasts with pleasure on the body of another (creature), has no regard for goodness. 3

It is asked what is kindness and its opposite? It is the preservation of life, and its destruction. (Therefore) it is not right to eat that flesh, (from which life has been taken away). 4

Not to eat flesh contributes to the continuance of life; therefore if a man eat flesh, hell will not open its mouth (to let him escape out after he has fallen in). 5

If you say that the world does not destroy life for the purpose of eating, (then) no one would sell flesh for the sake of money. 6

Since the wise consider flesh as the (unclean) ulcer of a body,. let it not be eaten. 7

The wise, who have freed themselves from mental delusion, will not eat the flesh which has been severed from an animal. 8

Not to kill and eat (the flesh of) an animal, is better than the pouring forth of ghee in a thousand sacrifices. 9

All creatures, will join their hands together, and worship him who has never taken away life, nor eaten flesh. 10

அதிகாரம் 27 தவம்

உற்றநோய் நோன்றல் உயிர்க்குறுகண் செய்யாமை
அற்றே தவத்திற்கு உரு. (1)

தவமும் தவமுடையார்க்கு ஆகும் அவம்அதனை
அஃதுஇலார் மேற்கொள் வது. (2)

துறந்தார்க்குத் துப்புரவு வேண்டி மறந்தார்கொல்
மற்றை யவர்கள் தவம். (3)

ஒன்னார்த் தெறலும் உவந்தாரை ஆக்கலும்
எண்ணின் தவத்தான் வரும். (4)

வேண்டிய வேண்டியாங்கு எய்தலால் செய்தவம்
ஈண்டு முயலப் படும். (5)

தவம்செய்வார் தம்கருமம் செய்வார்மற் றல்லார்
அவம்செய்வார் ஆசையுள் பட்டு. (6)

சுடச்சுடரும் பொன்போல் ஒளுவிடும் துன்பம்
சுடச்சுட நோற்கிற் பவர்க்கு. (7)

தன்உயிர் தான்அறப் பெற்றானை ஏனைய
மன்உயிர் எல்லாம் தொழும். (8)

கூற்றம் குதித்தலும் கைகூடும் நோற்றலின்
ஆற்றல் தலைப்பட் டவர்க்கு. (9)

இலர்பலர் ஆகிய காரணம் நோற்பார்
சிலர்பலர் நோலா தவர். (10)

CH.27 On Austerities

The nature of religious discipline consists in the endurance (by the ascetic) of the sufferings which it brings on himself, and in abstaining from giving pain to others. 1

Austerities can only be borne, and their benefits enjoyed, by those who have practised them (in a former birth); it will be useless for those who have not done so, to attempt to practise them (now). 2

It is to provide food for the ascetics who have abandoned (the desire of earthly possession) that other persons have forgotten (to practise) austerity (tapas). 3

If (the ascetic) desire the destruction of his enemies, or the aggrandizement of his friends, it will be effected by (the power of) his austerities. 4

Religious discipline is practised in this world, because it secures the attainment of whatever one may wish to enjoy (in the next world). 5

Those discharge their duty who perform austerities; all others accomplish their own destruction, through the entanglement of the desire (of riches and sensual pleasure). 6

Bright as gold which has been purified in the fire will those shine, who have endured the burning of pain (in frequent austerities). 7

All other creatures will worship him who has attained the control of his own soul. 8

Those who have attained the power which the religious discipline confers, will be able to pass the limit of Yama (the God of death). 9

Because there are few who practise austerity and many who do not, there are many destitute (and few rich men in the world). 10

அதிகாரம் 28 கூடா ஒழுக்கம்

வஞ்ச மனத்தான் படிற்றொழுக்கம் பூதங்கள்
ஐந்தும் அகத்தே நகும். (1)

வான்உயர் தோற்றம் எவன்செய்யும் தன்னெஞ்சம்
தானறி குற்றப் படின்? (2)

வலியில் நிலைமையான் வல்லுருவம் பெற்றம்
புலியின்தோல் போர்த்துமேய்ந் தற்று. (3)

தவமறைந்து அல்லவை செய்தல் புதல்மறைந்து
வேட்டுவன் புள்சிமிழ்த் தற்று. (4)

பற்றற்றேம் என்பார் படிற்றொழுக்கம் எற்றெற்றென்று
ஏதம் பலவும் தரும். (5)

நெஞ்சில் துறவார் துறந்தார்போல் வஞ்சித்து
வாழ்வாரின் வன்கணார் இல். (6)

புறம்குன்றி கண்டனைய ரேனும் அகம்குன்றி
மூக்கில் கரியார் உடைத்து. (7)

மனத்தது மாசாக மாண்டார்நீர் ஆடி
மறைந்தொழுகும் மாந்தர் பலர். (8)

கணைகொடிது யாழ்கோடு செவ்விது; ஆங்கன்ன
வினைபடு பாலால் கொளல். (9)

மழித்தலும் நீட்டலும் வேண்டா உலகம்
பழித்தது ஒழித்து விடின். (10)

CH. 28 On Inconsistent Conduct

The five elements of his body will laugh within him, at the feigned conduct of the deceitful minded man. 1

What avails an apperence (of sanctity) high as heaven, if the mind suffer (the indulgence) of conscious sin? 2

The assumed appearance of power, by a man who has no power (to restrain his senses and perform austerity), is like a cow feeding on grass covered with a tiger's skin. 3

He who hides himself under the mask of an ascetic and commits sins, is like a sportsman who conceals himself in the thicket to catch birds. 4

The false conduct of those who say they have renounced all desire will one day bring them sorrows that will make them cry out, "Oh! what have we done, what have we done!" 5

Amongst living men, there are none so hardhearted as those who, without forsaking desire in their heart, falsely take the appearance of those who have forsaken (it). 6

(The world) contains persons whose outside appears (as fair) as the red berry of the Abrus (kunril), but whose inside is as black as the nose of that berry. 7

There are many men of masked conduct, who perform their ablutions, and make a show of greatness, while their mind is defiled (with guilt). 8

As, in its use, the arrow is crooked, and the curved lute is straight; so by their deeds, (and not by their appearance) let (the uprightness or crookedness of) men be estimated. 9

There is no use of a shaven crown, nor of tangled hair, if a man abstain from those deeds which the wise have condemned. 10

அதிகாரம் 29 கள்ளாமை

எள்ளாமை வேண்டுவான் என்பான் எனைத்தொன்றும்
கள்ளாமை காக்கதன் நெஞ்சு. (1)

உள்ளத்தால் உள்ளலும் தீதே பிறன்பொருளைக்
கள்ளத்தால் கள்வேம் எனல். (2)

களவினால் ஆகிய ஆக்கம் அளவிறந்து
ஆவது போலக் கெடும். (3)

களவின்கண் கன்றிய காதல் விளைவின்கண்
வீயா விழுமம் தரும். (4)

அருள்கருதி அன்புடையர் ஆதல் பொருள்கருதிப்
பொச்சாப்புப் பார்ப்பார்கண் இல். (5)

அளவின்கண் நின்றொழுகல் ஆற்றார் களவின்கண்
கன்றிய காத லவர். (6)

களவென்னும் காரறிவு ஆண்மை அளவென்னும்
ஆற்றல் புரிந்தார்கண் இல். (7)

அளவறிந்தார் நெஞ்சத்து அறம்போல நிற்கும்
களவறிந்தார் நெஞ்சில் கரவு. (8)

அளவல்ல செய்தாங்கே வீவர் களவல்ல
மற்றைய தேற்றா தவர். (9)

கள்வார்க்குத் தள்ளும் உயர்நிலை; கள்ளார்க்குத்
தள்ளாது புத்தேள் உலகு. (10)

Ch.29 Against Fraud

Let him, who desires not to be despised, keep his mind from (the desire of) defrauding another of the smallest thing. 1

Even thought (of sin) is sin: think not then of craftily stealing the property of another. 2

The property, which is acquired by fraud, will pass all bounds and perish, even while it seems to increase. 3

The eager desire of defrauding others, when it has brought forth its fruit, will produce undying sorrow. 4

The study of kindness, and the attainment of love (to it) is not with those who watch for another's forgetfulness, through desire of his property. 5

They cannot walk steadfastly, according to rule, who eagerly desire to defraud others. 6

That black knowledge which is called fraud, is not in those who desire that greatness which is called rectitude. 7

Deceit dwells in the mind of those who are conversant with fraud, even as virtue in the minds of those who are conversant with rectitude. 8

Those, who are acquainted with nothing but fraud, will perish in the very commission of transgression. 9

Even their body will fail the fraudulent; but even the world of the gods will not fail those who are free from fraud. 10

அதிகாரம் 30 வாய்மை

வாய்மை எனப்படுவது யாதெனின் யாதொன்றும்
தீமை இலாத சொலல். (1)

பொய்மையும் வாய்மை இடத்த புரைதீர்ந்த
நன்மை பயக்கும் எனின். (2)

தன்நெஞ் சு அறிவது பொய்யற்க; பொய்த்தபின்
தன்நெஞ்சே தன்னைச் சுடும். (3)

உள்ளத்தால் பொய்யாது ஒழுகின் உலகத்தார்
உள்ளத்துள் எல்லாம் உளன். (4)

மனத்தொடு வாய்மை மொழியின் தவத்தொடு
தானஞ்செய் வாரின் தலை. (5)

பொய்யாமை அன்ன புகழில்லை; எய்யாமை
எல்லா அறமும் தரும். (6)

பொய்யாமை பொய்யாமை ஆற்றின் அறம்பிற
செய்யாமை செய்யாமை நன்று. (7)

புறந்தூய்மை நீரான் அமையும்; அகம்தூய்மை
வாய்மையால் காணப் படும். (8)

எல்லா விளக்கும் விளக்கல்ல சான்றோர்க்குப்
பொய்யா விளக்கே விளக்கு. (9)

யாம்மெய்யாக் கண்டவற்றுள் இல்லை எனைத்தொன்றும்
வாய்மையின் நல்ல பிற. (10)

CH. 30 On Truthfulness

Is it asked 'What is truth?' It is the speaking of such words as are without the least degree of evil (to others). 1

Even falsehood has the nature of truth,. if it confer a benefit that is free from fault. 2

Let not a man knowingly tell a lie; for after he has told the lie, his mind will burn him (with the memory of his guilt). 3

He, who in his conduct preserves a mind free from deceit, will dwell in the minds of all men. 4

He, who speaks truth with his heart, is superior to those who make gifts and practise austerities. 5

There is no praise like the praise of never uttering a falsehood without giving any suffering; it will lead to every virtue. 6

If a man has the power to abstain from falsehood, to abstain from falsehood, (I say;) then, though he practise no other virtue, (yea) though he practise no other virtue, it will be with him. 7

Purity of body is produced by water; purity of mind comes from truthfulness. 8

All lamps are not lamps; the lamp of truth is the lamp of the wise. 9

Amidst all that we have seen (described) as real (excellence), there is nothing so good as truth fulness. 10

அதிகாரம் 31 வெகுளாமை

செல்லிடத்துக் காப்பான் சினங்காப்பான்; அல்லிடத்துக்
காக்கின் என்? காவாக்கால் என்? (1)

செல்லா இடத்துச் சினம்தீது; செல்லிடத்தும்
இல் அதனின் தீய பிற. (2)

மறத்தல் வெகுளியை யார்மாட்டும் தீய
பிறத்தல் அதனான் வரும். (3)

நகையும் உவகையும் கொல்லும் சினத்தின்
பகையும் உளவோ பிற? (4)

தன்னைத்தான் காக்கின் சினம்காக்க; காவாக்கால்
தன்னையே கொல்லும் சினம். (5)

சினமென்னும் சேர்ந்தாரைக் கொல்லி இனமென்னும்
ஏமப் புணையைச் சுடும். (6)

சினத்தைப் பொருளென்று கொண்டவன் கேடு
நிலத்தறைந்தான் கைபிழையா தற்று. (7)

இணரெரி தோய்வன்ன இன்னா செயினும்
புணரின் வெகுளாமை நன்று. (8)

உள்ளிய தெல்லாம் உடன்எய்தும் உள்ளத்தால்
உள்ளான் வெகுளி எனின். (9)

இறந்தார் இறந்தார் அனையர்; சினத்தைத்
துறந்தார் துறந்தார் துணை. (10)

Ch.31 Against Anger

He restrains his anger who restrains it when it can injure; when it cannot injure; what does it matter whether he restrain it, or does not restrain it? 1

Anger is bad, even when it cannot injure; when it can injure, there is no greater evil. 2

Forget anger, towards every one; fountains of evil come from it. 3

Is there a greater enemy than anger, which kills both laughter and joy? 4

If a man would guard himself, let him guard against anger; if he do not guard it, anger will kill him. 5

The fire of anger will burn up the pleasant raft of friendship. 6

Destruction will come upon him who regards anger as a good thing, as surely as the hand of him who strikes the ground will not fail. 7

Though one commit things against you as painful (to bear) as if a bundle of fire had been thrust upon you, if it be possible not to be angry, it will be well. 8

If a man never indulges anger in his heart he will at once obtain all he has thought of. 9

Those, who give way to excessive anger, are no better than dead men, but those, who are freed from anger, are equal to those who are freed (from death). 10

அதிகாரம் 32 இன்னாசெய்யாமை

சிறப்பீனும் செல்வம் பெறினும் பிறர்க்கின்னா
செய்யாமை மாசற்றார் கோள். (1)

கறுத்தின்னா செய்தவக் கண்ணும் மறுத்தின்னா
செய்யாமை மாசற்றார் கோள். (2)

செய்யாமல் செற்றார்க்கும் இன்னாத செய்தபின்
உய்யா விழுமம் தரும். (3)

இன்னா செய்தாரை ஒறுத்தல் அவர்நாண
நன்னயம் செய்து விடல். (4)

அறிவினான் ஆகுவது ண்டோ பிறிதினோய்
தந்நோய்போல் போற்றாக் கடை? (5)

இன்னா எனத்தான் உணர்ந்தவை துன்னாமை
வேண்டும் பிறன்கட் செயல். (6)

எனைத்தானும் எஞ்ஞான்றும் யார்க்கும் மனத்தானாம்
மாணாசெய் யாமை தலை. (7)

தன்னுயிர்க்கு இன்னாமை தானறிவான் என்கொலோ
மன்னுயிர்க்கு இன்னா செயல்? (8)

பிறர்க்கின்னா முற்பகல் செய்யின் தமக்கின்னா
பிற்பகல் தாமே வரும். (9)

நோயெல்லாம் நோய்செய்தார் மேலவாம் நோய்செய்யார்
நோயின்மை வேண்டு பவர். (10)

CH. 32 Against Inflicting Suffering

It is the determination of the spotless not to give sorrow to others, although they could obtain (by it) the wealth, which confers greatness. 1

It is the determination of the spotless not to do evil in return even to those who have been at enmity with and done evil to them. 2

If a man inflict suffering even on those who hate him, without having been injured by him; it will afterwards give him irremovable sorrow. 3

The (proper) punishment of those who have done evil (to you), is to put them to shame by showing great kindness to them. 4

What benefit has he derived from his knowledge, who does not endeavour to keep off pain from another as much as from himself? 5

Let not a man consent to do those things to another which, he knows, will give sorrow. 6

It is the chief (of all virtues) not knowingly to do mean things, in the least degree, at any time towards any person. 7

Why does a man inflict upon others those sufferings, which he has found by experience are sufferings to himself? 8

If a man inflict sorrow upon others in the morning, sorrow will come upon him in the evening, unsought.9

Every sorrow will come upon those who give pain to others; therefore those, who desire to be free from sorrow, give no pain to others. 10

அதிகாரம் 33 கொல்லாமை

அறவினை யாதெனின் கொல்லாமை கோறல்
பிறவினை எல்லாம் தரும். (1)

பகுத்துண்டு பல்லுயிர் ஓம்புதல் நூலோர்
தொகுத்தவற்றுள் எல்லாம் தலை. (2)

ஒன்றாக நல்லது கொல்லாமை; மற்றதன்
பின்சாரப் பொய்யாமை நன்று. (3)

நல்லாறு எனப்படுவது யாதெனின் யாதொன்றும்
கொல்லாமை சூழும் நெறி. (4)

நிலையஞ்சி நீத்தாருள் எல்லாம் கொலையஞ்சிக்
கொல்லாமை சூழ்வான் தலை. (5)

கொல்லாமை மேற்கொண்டு ஒழுகுவான் வாழ்நாள் மேல்
செல்லாது உயிருண்ணும் கூற்று. (6)

தன்னுயிர் நீப்பினும் செய்யற்க தான்பிறிது
இன்னுயிர் நீக்கும் வினை. (7)

நன்றாகும் ஆக்கம் பெரிதெனினும் சான்றோர்க்குக்
கொன்றாகும் ஆக்கம் கடை. (8)

கொலைவினையர் ஆகிய மாக்கள் புலைவினையர்
புன்மை தெரிவா ரகத்து. (9)

உயிருடம்பின் நீக்கியார் என்ப செயிருடம்பின்
செல்லாத்தீ வாழ்க்கை யவர். (10)

CH. 33 Against Destroying Life

Is it asked, what is the sum of all virtuous conduct? It is, never to destroy life. On the contrary (the destruction of life) leads to every evil dead. 1

The chief of all (the virtues) which authors have summed up, is to eat of food that has been shared with others, and to preserve the manifold life of other creatures. 2

Not to destroy life, is the one (great) good: next in goodness to that, is freedom from falsehood. 3

Is it asked, what is the good way? It is the path which considers how it may avoid killing any creature. 4

Of all those who, fearing the permanance (of earthly births), have abandoned desire, he is the chief who, fearing (the guilt of) murder, considers how he may avoid the destruction of life. 5

Yama, the destroyer of life, will not attack the life time of him, who acts under the determination never to destroy life. 6

Let no one do that which would destroy the life of another although he should lose his own life. 7

The advantage which might flow from destroying life is dishonourable to the wise, even although it should be said to be great and good. 8

Men who destroy life are base men, in the estimation of those who know the nature of meanness. 9

(The wise) will say that men of diseased bodies, who life in degradation and in poverty are those who separated the life from the body, of animals (in a former birth). 10

அதிகாரம் 34 நிலையாமை

நில்லாத வற்றை நிலையின என்றுணரும்
புல்லறி வாண்மை கடை. (1)

கூத்தாட் டவைக்குழாத்து அற்றே பெருஞ்செல்வம்
போக்கும் அதுவிளிந் தற்று. (2)

அற்கா இயல்பிற்றுச் செல்வம் அதுபெற்றால்
அற்குப வாங்கே செயல். (3)

நாளென ஒன்றுபோல் காட்டி உயிரீரும்
வாளது உணர்வார்ப் பெறின். (4)

நாச்செற்று விக்குள்மேல் வாராமுன் நல்வினை
மேற்சென்று செய்யப் படும். (5)

நெருநல் உளனொருவன் இன்றில்லை என்னும்
பெருமை உடைத் திவ்வுலகு. (6)

ஒருபொழுதும் வாழ்வ தரியார் கருதுப
கோடியும் அல்ல பல. (7)

குடம்பை தனித்தொழியப் புள்பறந் தற்றே
உடம்போ டுயிரிடை நட்பு. (8)

உறங்குவது போலும் சாக்காடு; உறங்கி
விழிப்பது போலும் பிறப்பு. (9)

புக்கில் அமைந்தின்று கொல்லோ உடம்பினுள்
துச்சில் இருந்த உயிர்க்கு. (10)

CH. 34

Instability

That contemptible opinion, which considers those things to be enduring which are not enduiring, is dishonourable (to the wise). 1

The acquisition of wealth is like the gathering together of an assembly for dancing; its expenditure is like the breaking up of that assembly. 2

Wealth is perishable; let those who obtain it immediately practise those (virtues), which are imperishable. 3

Time, which shows itself (to the ignorant) as if it were something (real), in the estimation of the wise is (only) a saw which cuts down life. 4

Let virtuous deeds be done quickly, before the hiccup comes making the tongue silent. 5

This world possesses the greatness of one who yesterday was and today is not. 6

Innumerable millions of thoughts occupy the mind of (the unwise), who know not that they shall live another moment. 7

The love of the soul to the body is like (the love of) a bird to its egg which it flies away from and leaves empty. 8

Death is like sleep; birth is like awaking from sleep. 9

It seems as if the soul, which takes shelter in a body, had not attained a home. 10

அதிகாரம் 35 துறவு

யாதெனின் யாதெனின் நீங்கியான் நோதல்
அதனின் அதனின் இலன். (1)

வேண்டின்உண் டாகத் துறக்க; துறந்தபின்
ஈண்டியற் பால பல. (2)

அடல்வேண்டும் ஐந்தன் புலத்தை; விடல்வேண்டும்
வேண்டிய எல்லாம் ஒருங்கு. (3)

இயல்பாகு நோன்பிற்கொன் றின்மை உடைமை
மயலாகும் மற்றும் பெயர்த்து. (4)

மற்றும் தொடர்ப்பா எடுவன்கொல் பிறப்பறுக்கல்
உற்றார்க்கு உடம்பு மிகை. (5)

யானெனது என்னும் செருக்கறுப்பான் வானோர்க்
குயர்ந்த உலகம் புகும். (6)

பற்றி விடாஅ இடும்பைகள் பற்றினைப்
பற்றி விடாஅ தவர்க்கு. (7)

தலைப்பட்டார் தீரத் துறந்தார்; மயங்கி
வலைப்பட்டார் மற்றை யவர். (8)

பற்றற்ற கண்ணே பிறப்பறுக்கும்; மற்று
நிலையாமை காணப் படும். (9)

பற்றுக பற்றற்றான் பற்றினை; அப்பற்றைப்
பற்றுக பற்று விடற்கு. (10)

CH. 35 On Renunciation

Whatever thing, whatever thing (I say), a man has renounced; by that thing, by that thing (I say). he cannot suffer pain. 1

After a man has renounced (all things), there will still be many things in this world (which he may desire) ; if he should desire these, let him, while it is time abandon (that desire). 2

Let the five senses be destroyed; and at the same time, let everything be abandoned that (the ascetic) has (formerly) desired. 3

To be altogether destitute is the proper condition of those who perform austerities; if they possess anything, it will change (their resolution) and bring back confusion of mind. 4

What means the addition of other things to those who are attempting to cut off (future) births, when even their body is too much for them? 5

He who destroys the pride which says "I", "mine," will enter a world which is even above the gods. 6

Sorrows will never let go their hold of those who give not up their hold of desire. 7

Those who have entirely renounced (all things and all desires) have obtained (absorption into God); all others wander in confusion, entangled in the net of (many) births. 8

At the moment in which desire has been abandoned, (other) births will be cut off; when that has not been done, instability will be seen. 9

Desire the desire of Him who is without desire; in order to renounce desire, desire that desire. 10

அதிகாரம் 36 மெய்யுணர்தல்

பொருளல்ல வற்றைப் பொருளென் றுணரும்
மருளானா மாணாப் பிறப்பு. (1)

இருள்நீங்கி இன்பம் பயக்கும் மருணீங்கி
மாசறு காட்சி யவர்க்கு. (2)

ஐயத்தின் நீங்கித் தெளிந்தார்க்கு வையத்தின்
வானம் நணியது உடைத்து. (3)

ஐயுணர் வெய்தியக் கண்ணும் பயமின்றே
மெய்யுணர்வு இல்லா தவர்க்கு. (4)

எப்பொருள் எத்தன்மைத்து ஆயினும் அப்பொருள்
மெய்ப்பொருள் காண்பது அறிவு. (5)

கற்றீண்டு மெய்ப்பொருள் கண்டார் தலைப்படுவர்
மற்றீண்டு வாரா நெறி. (6)

ஓர்த்துள்ளம் உள்ளது உணரின் ஒருதலையாப்
பேர்த்துள்ள வேண்டா பிறப்பு. (7)

பிறப்பென்னும் பேதைமை நீங்கச் சிறப்பென்னும்
செம்பொருள் காண்பத றிவு. (8)

சார்புணர்ந்து சார்பு கெடஒழுகின் மற்றழித்துச்
சார்தரா சார்தரு நோய். (9)

காமம் வெகுளி மயக்கம் இவை மூன்றன்
நாமம் கெடக்கெடும் நோய். (10)

CH. 36 True Knowledge

Inglorious births are produced by the confusion (of mind) which considers those things to be real which are not real. 1

A clear, undimmed vision (of things) will deliver its possessos from the darkness (of future births), and confer the felicity (of heaven). 2

Heaven is nearer than earth to those men of purified minds who are freed from doubt. 3

Even those who have all the knowledge which can be attained by the five senses, will derive no benefit from it, if they were without a knowledge of the true nature of things. 4

(True) knowledge is the perception concerning everything of whatever kind, that that thing is the true thing. 5

They who in this birth have learned to know the True Being enter the road which returns not into this world. 6

Let it not be thought that there is another birth for the mind which, having thoroughly considered (all it has been taught), has known the True Being. 7

True knowledge consists in the removal of ignorance, which is (the cause of) births, and the perception of the True Being who is the bestower of heaven. 8

He, who so lives as to know Him who is the support of all things and abandons all desire, will be freed from the evils which would otherwise cleave to him and destroy (his efforts after absorption). 9

If the very name of these three things, desire, anger, and confusion of mind be destroyed, then will also perish the evils (which flow from them). 10

அதிகாரம் 37 அவாஅறுத்தல்

அவா என்ப எல்லா உயிர்க்குமெஞ் ஞான்றும்
தவா அப் பிறப்பீனும் வித்து. (1)

வேண்டுங்கால் வேண்டும் பிறவாமை; மற்றது
வேண்டாமை வேண்ட வரும். (2)

வேண்டாமை அன்ன விழுச்செல்வம் ஈண்டில்லை
யாண்டும் அஃதொப்ப தில். (3)

தூஉய்மை என்பது தவாவின்மை; மற்றது
வாஅய்மை வேண்ட வரும். (4)

அற்றவர் என்பார் அவாஅற்றார் மற்றையார்;
அற்றாக அற்ற திலர். (5)

அஞ்சுவது ஓறும் அறனே ஒருவனை;
வஞ்சிப்பது ஓரும் அவா. (6)

அவாவினை ஆற்ற அறுப்பின் தவாவினை
தான்வேண்டும் ஆற்றான் வரும். (7)

அவாஇல்லார்க்கு இல்லாகும் துன்பம் அஃதுஉண்டேல்
தவாஅது மேன்மேல் வரும். (8)

இன்பம் இடையறாது ஈண்டும் அவாஎன்னும்
துன்பத்துள் துன்பம் கெடின். (9)

ஆரா இயற்கை அவாநீப்பின் அந்நிலையே
பேரா இயற்கை தரும். (10)

துறவறவியல் முற்றிற்று

CH. 37 The Destruction of Desire

(The wise) say that the seed, which produces unceasing births, at all times, to all creatures, is desire. 1

If anything be desired, freedom from births should be desired; that (freedom from births) will be attained by desiring to be without desire. 2

There is in this world no excellence equal to freedom from desire; and even in that world, there is nothing like it. 3

Purity of mind consists in freedom from desire; and that (freedom from desire) is the fruit of the love of truth. 4

They are said to be free who are freed from desire; all others (who, whatever else they may be free from, are not freed from desire) are not thus free. 5

It is the chief duty of an ascetic to watch against desire with (jealous) fear; for it has power to deceive (and destroy). 6

If a man thoroughly cut off all desire, the deeds, which confer immortality, will come to him, in the path in which he seeks them. 7

There is no sorrow to those who are without desire; but, where that is, sorrow will incessantly come, more and more. 8

Even while in this body, joy will never depart from the mind, in which desire, that sorrow of sorrows, has been destroyed. 9

The removal of desire, whose nature it is never to be satisfied, will immediately confer a nature that can never be changed. 10

அதிகாரம் 38 ஊழ்

ஆகூழால் தோன்றும் அசைவின்மை கைப்பொருள்
போகூழால் தோன்றம் மடி. (1)

பேதைப் படுக்கும் இழவூழ் அறிவகற்றும்
ஆகலூழ் உற்றக் கடை. (2)

நுண்ணிய நூல்பல கற்பினும் மற்றும்தன்
உண்மை அறிவே மிகும். (3)

இருவே று உலகத்து இயற்கை; திருவேறு
தெள்ளிய ஆதலும் வேறு. (4)

நல்லவை எல்லாஅம் தீயவாம் தீயவும்
நல்லவாம் செல்வம் செயற்கு. (5)

பரியினும் ஆகாவாம் பாலல்ல; உய்த்துச்
சொரியினும் போகா தம. (6)

வகுத்தான் வகுத்த வகையல்லால் கோடி
தொகுத்தார்க்கும் துய்த்தல் அரிது. (7)

துறப்பார்மன் துப்புரவு இல்லார் உறற்பால
ஊட்டா கழியும் எனின். (8)

நன்றாங்கால் நல்லவாக் காண்பவர் அன்றாங்கால்
அல்லற் படுவது எவன். (9)

ஊழிற் பெருவலி யாவுள? மற்றொன்று
சூழினும் தான்முந் துறும். (10)

அறத்துப்பால் முற்றிற்று

CH. 38 On fate

Perseverance comes from a prosperous fate, and idleness from an adverse fate. 1

An adverse fate produces folly, and a prosperous fate produces enlarged knowledge. 2

Although a man may study the most polished treatises, the knowledge which fate has decreed to him will still prevail. 3

There are (through fate) two different natures in the world; hence the difference (observable in men) in (their acquisition of) wealth, and in their attainment of knowledge. 4

In the acquisition of property, everything favourable becomes unfavourable, and (on the other hand) everything unfavourable becomes favourable (through the power of fate). 5

Whatever is not conferred by fate cannot be preserved, although it be guarded with most painful care; and that, which fate has made his, cannot be lost, although one should undertake to throw it away. 6

Even those who gather together millions will only enjoy them, as it has been determined by the Disposer (of all things). 7

The destitute will renounce desire (and become ascetics), if fate do not make them suffer the hindrances, to which they are liable, and they pass away. 8

How is it that those, who are pleased with good fortune, trouble themselves when evil comes (since both are equally the decree of fate)? 9

What is stronger than fate? If we think of an expedient (to avert it); it will itself be with us before (the thought). 10

பொருட்பால் -அரசியல்

அதிகாரம் 39 இறைமாட்சி

படைகுடி கூழமைச்சு நட்புஅரண் ஆறும்
உடையான் அரசருள் ஏறு. (1)

அஞ்சாமை ஈகை அறிவுஊக்கம் இந்நான்கும்
எஞ்சாமை வேந்தற் கியல்பு (2)

தூங்காமை கல்வி துணிவுடைமை இம்மூன்றும்
நீங்கா நில னாள் பவர்க்கு. (3)

அறன்இழுக்காது அல்லவை நீக்கி மறஇழுக்கா
மானம் உடையது அரசு. (4)

இயற்றலும் ஈட்டலும் காத்தலும் காத்த
வகுத்தலும் வல்லது அரசு. (5)

காட்சிக்கு எளியான் கடுஞ்சொல்லன் அல்லனேல்
மீக்கூறும் மன்னன் நிலம். (6)

இன்சொலால் ஈத்தளிக்க வல்லாற்குத் தன்சொலால்
தான்கண் டனைத்திவ் உலகு. (7)

முறைசெய்து காப்பாற்றும் மன்னவன் மக்கட்கு
இறைஎன்று வைக்கப் படும். (8)

செவிகைப்பச் சொற்பொறுக்கும் பண்புடைவேந்தன்
கவிகைக்கீழ்த் தங்கும் உலகு. (9)

கொடைஅளி செங்கோல் குடிஓம்பல் நான்கும்
உடையானாம் வேந்தர்க்கு ஒளி. (10)

CH. 39 On Kingly Excellence

He who possesses these six things, an army, a people, wealth, ministers, friends and a fortress, is a lion among kings. 1

Never to fail in these four things, fearlessness, liberality, wisdom and energy, this is the kingly character. 2

Vigilance, learning and bravery, these three things, should never be absent from the ruler of a country. 3

He is a king who, with manly modesty, swerves not from virtue and refrains from vice. 4

He is a king who is able to acquire (wealth), to lay it up, to guard, and to distribute it. 5

The whole world will exalt the country of the kind who is easy of access, and whose words are without harshness. 6

The world will praise and submit itself to the mind of the king who is able to give with affability, and to protect all who come to him. 7

That king will be esteemed a god among men, who performs his own duties, and protects (his subjects). 8

The whole world will dwell under the umbrella of the king who can bear words that embitter the ear. 9

He is the light of kings who has these four things, beneficence, benevolence, rectitude, and care for his people. 10

அதிகாரம் 40 கல்வி

கற்கக் கசடறக் கற்பவை; கற்றபின்
நிற்க அதற்குத் தக. (1)

எண்ணென்ப ஏனை எழுத்தென்ப இவ்விரண்டும்
கண்ணென்ப வாழும் உயிர்க்கு. (2)

கண்ணுடையார் என்பவர் கற்றோர்; முகத்திரண்டு;
புண்ணுடையர் கல்லா தவர். (3)

உவப்பத் தலைக்கூடி உள்ளப் பிரிதல்
அனைத்தே புலவர் தொழில். (4)

உடையார்முன் இல்லார்போல் ஏக்கற்றுங் கற்றார்
கடையரே கல்லா தவர். (5)

தொட்டனைத்து ஊறும் மணற்கேணி; மாந்தர்க்குக்
கற்றனைத்து ஊறும் அறிவு. (6)

யாதானும் நாடாமல் ஊராமால் என்னொருவன்
சாந்துணையும் கல்லாத ஆறு? (7)

ஒருமைக்கண் தான்கற்ற கல்வி ஒருவற்கு
எழுமையும் ஏமாப் புடைத்து. (8)

தாம்இன் புறுவது உலகுஇன் புறக்கண்டு
காமுறுவர் கற்றறிந் தார். (9)

கேடுஇல் விழுச்செல்வம் கல்வி ஒருவற்கு
மாடல்ல மற்றை அவை. (10)

CH. 40 On Learning

Let a man learn thoroughly whatever he may learn, and let his conduct be worthy of his learning. 1

Letters and the numbers are the two eyes of man.2

The learned are said to have eyes, but the unlearned have (merely) two sores in their face. 3

It is the part of the learned to give joy to those whom they meet, and on leaving, to make them think, "Oh, when shall we meet them again!" 4

The unlearned are inferior to the learned, before whom they stand begging, as the destitute before the wealthy. 5

Water will flow from a well in the sand in proportion to the depth to which it is dug, and knowledge will flow from a man in proportion to his learning. 6

How is it that any one can remain without learning, even until his death, when (to the learned man) every country is his own (country), and every town his own (town)? 7

The learning which a man has acquired in one birth will yield him pleasure during seven births. 8

The learned will long (for more learning), when they see that while it gives pleasure to themselves, the world also derives pleasure from it. 9

Learning is the true imperishable riches; all other things are not riches. 10

அதிகாரம் 41 கல்லாமை

அரங்கின்றி வட்டாடி அற்றே நிரம்பிய
நூலின்றிக் கோட்டி கொளல் (1)

கல்லாதான் சொல்கா முறுதல் முலையிரண்டும்
இல்லாதாள் பெண்காமுற்று அற்று (2)

கல்லா தவரும் நனிநல்லர் கற்றார்முன்
சொல்லாது இருக்கப் பெறின் (3)

கல்லாதான் ஒட்பம் கழியநன் றாயினும்
கொள்ளார் அறிவுடை யார் (4)

கல்லா ஒருவன் தகைமை தலைப்பெய்து
சொல்லாடச் சோர்வு படும் (5)

உளர்என்னும் மாத்திரையர் அல்லால் பயவாக்
களர் அனையர் கல்லா தவர் (6)

நுண்மாண் நுழைபுலம் இல்லான் எழில்நலம்
மண்மாண் புனைபாவை அற்று (7)

நல்லார்கண் பட்ட வறுமையின் இன்னாதே
கல்லார்கண் பட்ட திரு (8)

மேற்பிறந்தார் ஆயினும் கல்லாதார் கீழ்ப்பிறந்தும்
கற்றார் அனைத்திலர் பாடு (9)

விலங்கொடு மக்கள் அனையர் இலங்குநூல்
கற்றாரோ டேனை யவர் (10)

CH. 41 On the neglect of Learning

To speak in an assembly (of the learned) without fullness of knowledge, is like playing at chess (on a board) without squares. 1

The desire of the unlearned to speak (in an assembly), is like a woman without breasts desiring (the enjoyment of) womanhood. 2

The unlearned also are very excellent men, if they know how to keep silence before the learned. 3

Although the natural knowledge of an unlearned man may be very good, the wise will not attend to it. 4

The self-conceit of an unlearned man will fade away as soon as he speaks in an assembly (of the learned). 5

The unlearned are like worthless barren land; all that can be said of them is, that they exist. 6

The beauty and goodness of one who is destitute of knowledge by the study of great and exquisite works, is like (the beauty and goodness of) a painted earthen doll. 7

Wealth, gained by the unlearned, will give more sorrow than the poverty which may come upon the learned. 8

The unlearned, though born in a high caste, are not equal in dignity to the learned, though they may have been born in a low caste. 9

As beasts by the side of men, so are other men by the side of those who are learned in celebrated works. 10

அதிகாரம் 42 — கேள்வி

செல்வத்துள் செல்வம் செவிச்செல்வம்; அச்செல்வம்
செல்வத்துள் எல்லாம் தலை (1)

செவிக்கு ணவில்லாத போழ்து சிறிது
வயிற்றுக்கும் ஈயப் படும் (2)

செவியுணவின் கேள்வி உடையார் அவியுணவின்
ஆன்றோ டொப்பர் நிலத்து (3)

கற்றிலன் ஆயினும் கேட்க; அஃதொருவற்கு
ஒற்கத்தின் ஊற்றாம் துணை (4)

இழுக்கல் உடையுழி ஊற்றுக்கோல் அற்றே
ஒழுக்கம் உடையார் வாய்ச்சொல் (5)

எனைத்தானும் நல்லவை கேட்க; அனைத்தானும்
ஆன்ற பெருமை தரும் (6)

பிழைத்துணர்ந்தும் பேதைமை சொல்லார் இழைத்துணர்ந்து
ஈண்டிய கேள்வி யவர் (7)

கேட்பினும் கேளாத் தகையவே கேள்வியால்
தோட்கப் படாத செவி (8)

நுணங்கிய கேள்வியர் அல்லார் வணங்கிய
வாயினர் ஆதல் அரிது (9)

செவியிற் சுவையுணரா வாயுணர்வின் மாக்கள்
அவியினும் வாழினும் என்? (10)

CH. 42 On Hearing (Instruction)

Wealth gained by the ear is wealth of wealth; that wealth is the chief of all wealth. 1

When there is no food for the ear, give a little also to the stomach. 2

Those who, in this world, enjoy instruction which is the food of the ear, are equal to the gods, who enjoy the food of the sacrifices. 3

Although a man be without learning, let him listen (to the teaching of the learned); that will be to him a staff in adversity. 4

The words of the good are like a staff in a slippery place. 5

Let a man listen, never so little to good instruction; even that will bring him great dignity. 6

Not even when they have imperfectly understood (a matter), will those men speak foolishly, who have profoundly studied and diligently listened (to instruction). 7

The ear-which has not been bored by instruction, although it hears, is deaf. 8

It is a rare thing to find modesty of speech, with those who have not received choice instruction. 9

What does it matter whether those men live or die, who can judge of tastes by the mouth, and not by the ear? 10

அதிகாரம் 43 அறிவு உடைமை

அறிவுஅற்றம் காக்கும் கருவி செறுவார்க்கும்
உள்ளழிக்க லாகா அரண் (1)

சென்ற இடத்தால் செலவிடாத் தீதொரீஇ
நன்றின்பால் உய்ப்ப தறிவு (2)

எப்பொருள் யார்யார்வாய்க் கேட்பினும் அப்பொருள்
மெய்ப்பொருள் காண்ப தறிவு (3)

எண்பொருள வாகச் செலச்சொல்லித் தான்பிறர்வாய்
நுண்பொருள் காண்ப தறிவு (4)

உலகம் தழீஇயது ஒட்பம்; மலர்தலும்
கூம்பலும் இல்லது அறிவு (5)

எவ்வ துஉறைவது உலகம் உலகத்தோடு
அவ்வதுஉறைவது அறிவு (6)

அறிவுடையார் ஆவது அறிவார்; அறிவிலார்
அஃதுஅறி கல்லா தவர் (7)

அஞ்சுவது அஞ்சாமை பேதைமை; அஞ்சுவது
அஞ்சல் அறிவார் தொழில் (8)

எதிரதாக் காக்கும் அறிவினார்க்கு இல்லை
அதிர வருவதோர் நோய் (9)

அறிவுடையார் எல்லாம் உடையார் ;அறிவிலார்
என்னுடைய ரேனும் இலர் (10)

CH. 43 On Wisdom

Wisdom is a weapon to ward off destruction; it is an inner fortress which enemies cannot destroy. 1

Not to permit (the mind) to go where it lists, to keep it from evil, and to employ it in good, this is wisdom. 2

To discern the truth in everything, by whom so ever spoken, this is wisdom. 3

To speak so that the meaning may easily enter (the mind of the hearer), and to discern the subtlest thought (which may lie hidden) in the words of others; this is wisdom. 4

To secure the friendship of the great is true wisdom; it is (also) wisdom to keep (that friendship unchanged, and) not opening and closing (like the lotus-flower). 5

To live as the world lives, this is wisdom. 6

The wise are those who know beforehand what will happen; those who do not know this are the unwise.7

Not to fear what ought to be feared, is folly; it is the work of the wise to fear what should he feared. 8

No terrifying calamity will happen to the wise, who (foresee and) guard against coming evils. 9

Those who possess wisdom, possess every thing; those who have not wisdom, whatever they may possess, have nothing. 10

அதிகாரம் 44 குற்றங் கடிதல்

செருக்கும் சினமும் சிறுமையும் இல்லார்
பெருக்கம் பெருமிதம் நீர்த்து. (1)

இவறலும் மாண்பிறந்த மானமும் மாணா
உவகையும் ஏதம் இறைக்கு. (2)

தினைத்துணையாம் குற்றம் வரினும் பனைத்துணையாக்
கொள்வர் பழிநாணு வார். (3)

குற்றமே காக்க பொருளாகக் குற்றமே
அற்றம் தரூஉம் பகை. (4)

வருமுன்னர்க் காவாதான் வாழ்க்கை எரிமுன்னர்
வைத்தூறு போலக் கெடும். (5)

தன்குற்றம் நீக்கிப் பிறர்குற்றம் காண்கிற்பின்
என்குற்றம் ஆகும் இறைக்கு? (6)

செயற்பால செய்யாது இவறியான் செல்வம்
உயற்பாலது அன்றிக் கெடும். (7)

பற்றுள்ளம் என்னும் இவறன்மை எற்றுள்ளும்
எண்ணப் படுவதொன் றன்று. (8)

வியவற்க எஞ்ஞான்றும் தன்னை; நயவற்க
நன்றி பயவா வினை. (9)

காதல காதல் அறியாமை உய்க்கிற்பின்
ஏதில ஏதிலார் நூல். (10)

CH. 44 On the Correction of Faults

Truly great is the excellence of those (kings) who are free from pride, anger, and lust. 1

Avarice, undignified pride, and low pleasure are faults in a king. 2

Those who fear guilt, if they commit a fault small as a millet seed, will consider it to be as large as a palmyra tree. 3

Guard against faults as a matter (of great consequence) ; for faults are a deadly enemy. 4

The prosperity, of him who does not timely guard against faults, will perish like straw before fire. 5

What fault will remain in the king, who has put away his own evils, and looks after the evils of others? 6

The wealth of the avaricious man, who does not expend it for the purposes for which he ought to expend it, will waste away and not continue. 7

Gripping avarice is not to be reckoned as one among other faults; (it stands alone-greater than all). 8

Let not a king praise himself, at any time; let him not desire to do useless things. 9

If (a king) enjoys privately the things which he desires, the designs of his enemies will be useless. 10

அதிகாரம் 45 பெரியாரை துணைக்கோடல்

அறனறிந்து மூத்த அறிவுடையார் கேண்மை
திறனறிந்து தேர்ந்து கொளல். (1)

உற்றநோய் நீக்கி உறாஅமை முன்காக்கும்
பெற்றியார்ப் பேணிக் கொளல். (2)

அரியவற்றுள் எல்லாம் அரிதே பெரியாரைப்
பேணித் தமராக் கொளல். (3)

தம்மிற் பெரியார் தமரா ஒழுகுதல்
வன்மையுள் எல்லாம் தலை. (4)

சூழ்வார்கண் ஆக வொழுகலான் மன்னவன்
சூழ்வாரைச் சூழ்ந்து கொளல். (5)

தக்கா ரினத்தனாய்த் தான்வொழுக வல்லானைச்
செற்றார் செயக்கிடந்த தில். (6)

இடிக்கும் துணையாரை ஆள்வாரை யாரே
கெடுக்கும் தகைமை யவர்? (7)

இடிப்பாரை இல்லாத ஏமரா மன்னன்
கெடுப்பார் இலானும் கெடும். (8)

முதலிலார்க்கு ஊதியம் இல்லை; மதலையாம்
சார்பிலார்க்கு இல்லை நிலை. (9)

பல்லார் பகைகொளலின் பத்தடுத்த தீமைத்தே
நல்லார் தொடர்கை விடல். (10)

CH. 45 Securing the Friendship of Great Men

Let a king ponder well its value, and secure the friendship of men of virtue and of mature knowledge. 1

Let (a king) procure and kindly care for men who can overcome difficulties when they occur, and guard against them before they happen. 2

To cherish great men and make them his own, is the most difficult of all difficult things. 3

So to act as to make those men, his own, who are greater than himself, is of all power the highest. 4

As a king must use his ministers as eyes (in managing his kingdom), let him well examine their character and qualifications before he engages them. 5

There will be nothing left for enemies to do, against him who has the power of acting (so as to secure) fellowship of worthy men. 6

Who are great enough to destroy him who rules over servants that (have power to) rebuke him? 7

The king, who is without the guard of men who can rebuke him, will perish, even though there be no one to destroy him. 8

There can be no gain to those who have no capital; and there can be no permanence to those who are without the support of adherents. 9

It is tenfold more injurious to abandon the, Freindship of the good, than to incur the hatred of the many. 10

அதிகாரம் 46 சிற்றினஞ் சேராமை

சிற்றினம் அஞ்சும் பெருமை; சிறுமைதான்
சுற்றமாச் சூழ்ந்து விடும். (1)

நிலத்தியல்பால் நீர்திரிந்து அற்றாகும்; மாந்தர்க்கு
இனத்தியல்பது ஆகும் அறிவு. (2)

மனத்தானாம் மாந்தர்க் குணர்ச்சி; இனத்தானாம்
இன்னான் எனப்படும் சொல். (3)

மனத்துஉளது போலக் காட்டி ஒருவற்(கு)
இனத்துள தாகும் அறிவு. (4)

மனந்தூய்மை செய்வினை தூய்மை இரண்டும்
இனந்தூய்மை தூவா வரும். (5)

மனந்தூயார்க்கு எச்சம்நன் று ஆகும் இனந் தூயார்க்கு
இல்லைநன்று ஆகா வினை. (6)

மனநலம் மன்னுயிர்க்கு ஆக்கம் இனநலம்;
எல்லாப் புகழும் தரும். (7)

மனநலம் நன்குடையர் ஆயினும் சான்றோர்க்கு
இனநலம் ஏமாப் புடைத்து. (8)

மனநல்த்தின் ஆகும் மறுமைமற் று அஃதும்
இனநலத்தின் ஏமாப் புடைத்து. (9)

நல்லினத்தின் ஊங்கும் துணைஇல்லை; தீஇனத்தின்
அல்லற் படுப்பதூஉம் இல். (10)

CH. 46 Against Associating with Evil Persons

(True) greatness fears the society of the base; it is only the low-minded who will regard them as friends. 1

As water changes (its nature) from the nature of the soil (in which it flows), so will the character of men resemble the character of their associates. 2

The power of knowing is from the mind; (but) from a man's associates will be determined what sort of man he is. 3

The knowledge of a man, while it appears to be from his mind is (really) from his associates. 4

Chaste company is the staff on which come these two things, purity of mind and purity of conduct. 5

To the pure-minded there will be a good posterity; by those whose associates are pure, no deeds will be done that are not good. 6

Goodness of mind will give wealth, and good society will bring all praise, to men. 7

Although they may have great (natural) goodness of mind, yet good society is an advantage to the wise. 8

Future bliss is (the result) of goodness of mind; and even this acquires strength from the society of the good. 9

There is no greater help than the company of the good; there is no greater source of sorrow than the company of the wicked. 10

அதிகாரம் 47 தெரிந்து செயல்வகை

அழிவதூஉம் ஆவதூஉம் ஆகி வழிபயக்கும்
ஊதியமும் சூழ்ந்து செயல். (1)

தெரிந்த இனத்தொடு தேர்ந்தெண்ணிச் செய்வார்க்கு
அரும்பொருள் யாதொன்றும் இல். (2)

ஆக்கம் கருதி முதல்இழக்கும் செய்வினை
ஊக்கார் அறிவுடை யார். (3)

தெளிவில் லதனைத் தொடங்கார் இளிவென்னும்
ஏதப்பாட ஞ்சு பவர். (4)

வகையறச் சூழாது எழுதல் பகைவரைப்
பாத்திப் படுப்பதோர் ஆறு. (5)

செய்தக்க அல்ல செயக்கெடும்; செய்தக்க
செய்யாமை யானும் கெடும். (6)

எண்ணித் துணிக கருமம்; துணிந்தபின்
எண்ணுவம் என்ப திழுக்கு. (7)

ஆற்றின் வருந்தா வருத்தம் பலர்நின்று
போற்றினும் பொத்துப் படும். (8)

நன்றாற்றலு ள்ளும் தவறுண்ட வரவர்
பண்பறிந்து ஆற்றாக் கடை. (9)

எள்ளாத எண்ணிச் செயல்வேண்டும் தம்மொடு
கொள்ளாத கொள்ளா துலகு. (10)

CH. 47 On Acting with Fore-thought

Let a man reflect on what will be lost, what will be acquired, and (from these) what will be his ultimate gain, and (then, let him) act. 1

There is nothing too difficult to (be attained by) those who before they act, reflect well themselves, and thoroughly consider (the matter) with chosen friends.2

Wise men will not, for the sake of profit, undertake works that will consume their principal. 3

Those who fear reproach will not commence anything which has not been (thoroughly considered) and made clear to them. 4

One way to promote the prosperity of an enemy, is (for a king) to set out (to war) without having thoroughly weighed his ability (to cope up with its chances). 5

He will perish who does what it is not fit to do; and he also will perish who does not do what it is fit to do. 6

Think (frist, and then) begin your work; after you have begun, to say, "Let us consider," is a reproach. 7

The work, which is not done by suitable methods, will fail although many stand up to protect it. 8

There are failures even in acting well, when it is done without knowing the various dispositions of men. 9

Let a man reflect, and do things which bring no reproach. The world will not approve, with him, of things, which should not be approved of. 10

அதிகாரம் 48 வலி அறிதல்

வினைவலியும் தன்வலியும் மாற்றான் வலியும்
துணைவலியும் தூக்கிச் செயல். (1)

ஒல்வ தறிவ தறிந்ததன் கண்தங்கிச்
செல்வார்க்குச் சொல்லாதது இல். (2)

உடைத்தம் வலியறியார் ஊக்கத்தின் ஊக்கி
இடைக்கண் முரிந்தார் பலர். (3)

அமைந்தாங்கு ஒழுகான் அளவறியான் தன்னை
வியந்தான் விரைந்து கெடும். (4)

பீலிபெய் சாகாடும் அச்சிறும் அப்பண்டம்
சால மிகுத்துப் பெயின். (5)

நுனிக்கொம்பர் ஏறினார் அஃதிறந்த தூக்கின்
உயிர்க்கிறுதி ஆகி விடும். (6)

ஆற்றின் அளவறிந்து ஈக; அதுபொருள்
போற்றி வழங்கும் நெறி. (7)

ஆகாறு அளவிட்டி தாயினும் கேடில்லை
போகா றகலாக் கடை. (8)

அளவறிந்து வாழாதான் வாழ்க்கை உளபோல்
இல்லாகித் தோன்றாக் கெடும். (9)

உளவரை தூக்காத ஒப்புரவு ஆண்மை
வளவரை வல்லைக் கெடும். (10)

CH. 48 On the Knowledge of Resources

Let (a king) weigh well the strength of the deed (he purposes to do), (let him consider) his own strength, the strength of his enemy and the strength of the allies (of both) and then let him act. 1

There is nothing which may not be accomplished by those who, before they attack (an enemy), make themselves acquainted with their own ability and with whatever else is (needful) to be known, and apply themselves wholly to their object. 2

There are many who, ignorant of their (want of) power (to meet it), have haughtily set out to war, and broken down in the midst of it. 3

He will quickly perish who, ignorant of the measure (of his resources), flatters himself (with an idea of his greatness) and does not live in peace with his neighbours. 4

The wheel of a bandy loaded only with peacocks' feathers will break, if it be greatly overloaded. 5

There will be an end to his life who, having climbed out to the end of a branch, ventures to go further. 6

Let a man know the measure of his ability (to give,) and let him give accordingly; such giving is the way to preserve his property. 7

Even though the income (of a king) be small, it will be no loss (to him), if his outgoings be not large. 8

The prosperity of him who lives without knowing the measure (of his property), will vanish away and perish, even while it seems to continue. 9

The measure of his wealth will quickly perish whose liberality weighs not the measure of his property. 10

அதிகாரம் 49 காலம் அறிதல்

பகல்வெல்லும் கூகையைக் காக்கை; இகல்வெல்லும்
வேந்தர்க்கு வேண்டும் பொழுது. (1)

பருவத்தோ டொட்ட ஒழுகல் திருவினைத்
தீராமை ஆர்க்கும் கயிறு. (2)

அருவினை என்ப உளவோ கருவியான்
காலம் அறிந்து செயின்? (3)

ஞாலம் கருதினும் கைகூடும் காலம்
கருதி இடத்தான் செயின். (4)

காலம் கருதி இருப்பர் கலங்காது
ஞாலம் கருது பவர். (5)

ஊக்க முடையான் ஒடுக்கம் பொருதகர்
தாக்கற்குப் பேரும் தகைத்து. (6)

பொள்ளென ஆங்கே புறம்வேரார் காலம்பார்த்(து)
உள்வேர்ப்பர் ஒள்ளி யவர். (7)

செறுநரைக் காணின் சுமக்க இறுவரை
காணின் கிழக்காம் தலை. (8)

எய்தற் கரிய தியைந்தக்கால் அந்நிலையே
செய்தற் கரிய செயல். (9)

கொக்கொக்க கூம்பும் பருவத்து; மற்றதன்
குத்தொக்க சீர்த்த இடத்து. (10)

CH. 49 On the Discernment of (a suitable) Time

A crow will overcome an owl in the day time; the king who would conquer his enemy must have (a suitable) time. 1

Acting at the right season, is a cord that will immovably bind success (to a king). 2

Is there anything difficult (for him to do), who acts, with (the right) instruments at the right time? 3

Though (a man) should meditate (the conquest of) the world, he may accomplish it, if he acts in the right time, at the right place. 4

They who thoughtfully consider and wait for the (right) time (for action), may successfully meditate (the conquest of) the world. 5

The self-restraint of the energetic (while waiting for a suitable time to act) is like the drawing back of the foot of a fighting ram in order to butt. 6

The wise will not immediately and hastily show their anger; they will watch their time, and keep their anger within. 7

If (a king) meets his enemy, let him show him all respect, until the time for his destruction is come; when that is come, his head will be easily brought low. 8

If a rare opportunity occurs, while it lasts let a man do that which is rarely done (without such an opportunity). 9

At the time when (a king) should use selfcontrol, let him remain himself like a heron; and, like it, let him strike, when there is a favourable opportunity. 10

அதிகாரம் 50 இடன் அறிதல்

தொடங்கற்க எவ்வினையும் எள்ளற்க முற்றும்
இடங்கண்ட பின்னல் லது. (1)

முரண்சேர்ந்த மொய்ம்பி னவர்க்கும் அரண்சேர்ந்தாம்
ஆக்கம் பலவும் தரும். (2)

ஆற்றாரும் ஆற்றி அடுப இட னறிந்து
போற்றார்கண் போற்றிச் செயின். (3)

எண்ணியார் எண்ணம் இழப்பர் இடனறிந்து
துன்னியார் துன்னிச் செயின். (4)

நெடும்புனலுள் வெல்லும் முதலை; அடும்புனலின்
நீங்கின் அதனைப் பிற. (5)

கடல்ஓடா கால்வல் நெடுந்தேர்; கடலோடும்
நாவாயும் ஓடா நிலத்து. (6)

அஞ்சாமை அல்லால் துணைவேண்டா எஞ்சாமை
எண்ணி இடத்தான் செயின். (7)

சிறுபடையான் செல்லிடம் சேரின் உறுபடையான்
ஊக்கம் அழிந்து விடும். (8)

சிறைநலனும் சீரும் இலரெனிலும் மாந்தர்
உறைநிலத்தோ டொட்டல் அரிது. (9)

கால்ஆழ் களரின் நரியடும் கண்அஞ்சா
வேலாள் முகத்த களிறு. (10)

CH. 50 On the Choice of (a suitable) Place

Let not (a king) despise (an enemy) nor undertake anything (against him), until he has obtained (a suitable) place for besieging him. 1

Even to those who are men of power and expedients, an attack in connection with a fortification will yield many advantages. 2

Even the powerless will become powerful and conquer, if they select a proper field (of action), and guard themselves, while they make war on their enemies. 3

If they who draw near (to fight) choose a suitable place to approach (their enemy), those who have thought theywill conquer them, will lose that thought. 4

In deep water, a crocodile will conquer (all other animals); if it leave the water, other animals will conquer it. 5

The strong-wheeled, lofty, chariot cannot run on thesea; and ships, which sail on the sea cannot run on the land. 6

You will need no other aid than fearlessness, if you thoroughly reflect (on what you are to do), and select (a suitable) place for your operations. 7

The power of one who has a large army will perish, if he goes into ground where only a small army can act. 8

It is a hazardous thing to attack men in their own country, although they may neither have power nor a good fortress. 9

A fox can kill a fearless, warrior-faced elephant, if it go into mud in which its legs sink down. 10

அதிகாரம் 51 தெரிந்து தெளிதல்

அறம்பொருள் இன்பம் உயிரச்சம் நான்கின்
திறம் தெரிந்து தேறப்படும். (1)

குடிப்பிறந்து குற்றத்தின் நீங்கி வடுப்பரியும்
நாணுடையான் கட்டே தெளிவு. (2)

அரியகற்றா சற்றார் கண்ணும் தெரியுங்கால்
இன்மை அரிதே வெளிறு. (3)

குணம்நாடிக் குற்றமும் நாடி அவற்றுள்
மிகைநாடி மிக்க கொளல். (4)

பெருமைக்கும் ஏனைச் சிறுமைக்கும் தத்தம்
கருமமே கட்டளைக் கல். (5)

அற்றாரைத் தேறுதல் ஓம்புக மற்றவர்
பற்றிலர் நாணார் பழி. (6)

காதன்மை கந்தா அறிவறியார்த் தேறுதல்
பேதைமை எல்லாம் தரும். (7)

தேரான் பிறனைத் தெளிந்தான் வழிமுறை
தீரா இடும்பை தரும். (8)

தேறற்க யாரையும் தேராது தேர்ந்தபின்
தேறுக தேறும் பொருள். (9)

தேரான் தெளிவும் தெளிந்தான்கண் ஐயுறவும்
தீரா இடும்பை தரும். (10)

CH. 51 On Reflection Before Decision

Let (a minister) be chosen, after he has been tried by means of these four things, his virtue, (love of) money, (love) sexual pleasure, and fear of (losing his) life. 1

(The king's) choice should fix him, who is of good family, who is free from faults, and who has the modesty which fears the wounds (of sin). 2

When even men who have studied the most difficult works, and who are free from faults, are (carefully) examined, it is a rare thing to find them without ignorance. 3

Let (a king) consider (a man's) good qualities; let him also consider his faults, and then let him consider which of these are greatest, and let him judge (of his character) by that which prevails. 4

A man's deeds are the touch-stone of his greatness and littleness. 5

Let (a king) avoid choosing men who have no relation; such men have no attachments, and therefore have no fear of crime. 6

To choose ignorant men, through partiality, is the height of folly. 7

Sorrow that will not leave even his posterity will come upon him who chooses a stranger whose character he has not known. 8

Let (a king) choose no one without previous consideration; after he has made his choice, let him unhesitatingly select (for each) such duties as are appropriate. 9

To make choice of one who has not been examined, and to entertain doubts respecting one who has been chosen, will produce irremediable sorrow. 10

அதிகாரம் 52 தெரிந்து வினையாடல்

நன்மையும் தீமையும் நாடி நலம்புரிந்த
தன்மையான் ஆளப் படும். (1)

வாரி பெருக்கி வளம்படுத் துற்றவை
ஆராய்வான் செய்க வினை. (2)

அன்பறிவு தேற்றம் அவாவின்மை இந்நான்கும்
நன்குடையான் கட்டே தெளிவு. (3)

எனைவகையால் தேறியக் கண்ணும் வினைவகையான்
வேறாகும் மாந்தர் பலர். (4)

அறிந்தாற்றிச் செய்கிற்பாற்கு அல்லால் வினைதான்
சிறந்தானென் றேவற்பாற் றன்று. (5)

செய்வானை நாடி வினைநாடிக் காலத்தோ(டு)
எய்த உணர்ந்து செயல். (6)

இதனை இதனால் இவன்முடிக்கும் என்றாய்ந்து
அதனை அவன்கண் விடல். (7)

வினைக்குரிமை நாடிய பின்றை அவனை
அதற்குரிய னாகச் செயல். (8)

வினைக்கண் வினையுடையான் கேண்மைவே றாக
நினைப்பானை நீங்கும் திரு. (9)

நாடோறும் நாடுக மன்னன் வினைசெய்வான்
கோடாமை கோடா துலகு. (10)

CH. 52 On Employment of Servants

He should be employed (by a king), whose nature (leads him to) choose the good, after having considered both the evil and the good. 1

Let him do (the king's) work who can enlarge the sources (of revenue), increase wealth, and consider (and prevent) the accidents which would destroy it. 2

Let the choice (of a king) fall upon him who largely possesses these four things, love, knowledge, a clear mind, and freedom from covetousness. 3

Even when (a king) has tried them in every possible way, there are many men who change, from the nature of the works (in which they may be employed). 4

A king's work can only be accomplished by a man of wisdom and patient endurance; it is not of a nature to be given to another from mere personal attachment. 5

Let (a king) act, after having well considered the agent (whom he is to employ), the deed (he desires to do), and the time which is suitable to it. 6

After having considered "this man can accomplish this, by these means", let (the king) leave with him the dischage of that duty. 7

Having considered what work a man is equal to, let (the king) employ him in that work. 8

Prosperity will leave (the king) who doubts the friendship of the man who steadily labours in the discharge of his duties. 9

Let a king daily examine the conduct of his servants; if they do not act crookedly, the world will not act crookedly. 10

அதிகாரம் 53 சுற்றம் தழால்

பற்றற்ற கண்ணும் பழைமைபா ராட்டுதல்
சுற்றத்தார் கண்ணே உள. (1)

விருப்பறாச் சுற்றம் இயையின் அருப்பறா
ஆக்கம் பலவும் தரும். (2)

அளவளா வில்லாதான் வாழ்க்கை குளவளாக்
கோடின்றி நீர்நிறைந் தற்று. (3)

சுற்றத்தால் சுற்றப் படஒழுகல் செல்வந்தான்
பெற்றத்தால் பெற்ற பயன். (4)

கொடுத்தலும் இன்சொலும் ஆற்றின் அடுக்கிய
சுற்றத்தால் சுற்றப் படும். (5)

பெருங்கொடையான் பேணான் வெகுளி அவனின்
மருங்குடையார் மாநிலத் தில். (6)

காக்கை கரவா கரைந்துண்ணும்; ஆக்கமும்
அன்னநீ ரார்க்கே உள. (7)

பொதுநோக்கான் வேந்தன் வரிசையா நோக்கின்
அதுநோக்கி வாழ்வார் பலர். (8)

தமராகித் தன்துறந்தார் சுற்றம் அமராமைக்
காரணம் இன்றி வரும். (9)

உழைப்பிரிந்து காரணத்தின் வந்தானை வேந்தன்
இழைத்திருந் தெண்ணிக் கொளல். (10)

CH. 53 On Kindness to Relatives

Even when (a man's) property is all gone, relatives will act towards him with their ancient kindness. 1

If (a man's) relatives remain attached to him with unchanging love, it will be a source of ever-increasing wealth. 2

The wealth of one who does not mingle freely with his relatives, will be like the full waters of a spacious tank, that has no banks. 3

To live surrounded by relatives, is the advantage to be derived from the acquisition of wealth. 4

He will be surrounded by numerous relatives, who manifests generosity and affability. 5

No one, in all the world, will have so many relatives (about him), as he who makes large gifts, and does not give way to anger. 6

The crows do not conceal (their prey), but will call out for others (to share with them) while they eat it; wealth will be with those who show a similar disposition (towards their relatives) 7

Many relatives will live near a king when they observe that he does not look on all alike, but that he looks on each man according to his merit. 8

Those who have been friends and have afterwards forsaken him will return and join themselves (to him), when the cause of disagreement is taken away. 9

When one may have left him, and for some cause has returned, let the kind fulfil the object (for which he has come back) and thoughtfully receive him again. 10

அதிகாரம் 54 பொச்சாவாமை

இறந்த வெகுளியின் தீதே சிறந்த
உவகை மகிழ்ச்சியின் சோர்வு. (1)

பொச்சாப்புக் கொல்லும் புகழை அறிவினை
நிச்ச நிரப்புக்கொன் றாங்கு. (2)

பொச்சாப்பார்க்கு இல்லை புகழ்மை; அதுவுலகத்(து)
எப்பானூ லோர்க்குந் துணிவு. (3)

அச்சம் உடையார்க்கு அரணில்லை; ஆங்கில்லை
பொச்சாப் புடையார்க்கு நன்கு. (4)

முன்உறக் காவா திழுக்கியான் தன்பிழை
பின்ஊ றிரங்கி விடும். (5)

இழுக்காமை யார்மாட்டும் என்றும் வழுக்காமை
வாயின் அதுவொப்ப தில். (6)

அரியஎன் றாகாத இல்லைபொச் சாவாக்
கருவியான் போற்றிச் செயின். (7)

புகழ்ந்தவை போற்றிச் செயல்வேண்டும் செய்யா(து)
இகழ்ந்தார்க் கெழுமையும் இல். (8)

இகழ்ச்சியின் கெட்டாரை உள்ளுக தாம்தம்
மகிழ்ச்சியின் மைந்துறும் போழ்து. (9)

உள்ளிய தெய்தல் எளிதுமன் மற்றுந்தான்
உள்ளிய துள்ளப் பெறின். (10)

CH. 54 Against Forgetfulness

More evil than excessive anger, is thoughtlessness which springs from the intoxication of great joy. 1

Forgetfulness will destroy fame, even as constant poverty destroys knowledge. 2

The thoughtless will never acquire fame; this is the clear decision of all the books in the world. 3

Just as the coward has no defence (by what ever fortifications he may be surrounded), so the thoughtless has no good (whatever advantages he may possess). 4

The careless man, who provides not against the calamities that may happens, will afterwards think with sorrow of his fault. 5

There is nothing to be compared with unfailing thoughtfulness at all times, and towards all persons.6

There is nothing too difficult to be accomplished, if a man set about it carefully, with a thoughtful mind. 7

Let a man observe and do those things which have been praised (by the wise); if he neglects and does not perform them, for him there will be no happiness throughout the seven births. 8

Let a king reflect on those who have been ruined by neglect, when his mind is elated with joy. 9

It is easy (for a king) to obtain whatever he may think of, if he thoughtfully pursues it. 10

அதிகாரம் 55 செங்கோன்மை

ஓர்ந்து கண்ணோடா திறைபுரிந் தியார்மாட்டும்
தேர்ந்துசெய் வஃதே முறை. (1)

வான்நோக்கி வாழும் உலகெல்லாம் மன்னவன்
கோல்நோக்கி வாழும் குடி. (2)

அந்தணர் நூற்கும் அறத்திற்கும் ஆதியாய்
நின்றது மன்னவன் கோல். (3)

குடிதழீஇக் கோலோச்சு மாநில மன்னன்
அடிதழிஇ நிற்கும் உலகு. (4)

இயல்புளிக் கோலோச்சும் மன்னவன் நாட்ட
பெயலும் விளையுளும் தொக்கு. (5)

வேலன்று வென்றி தருவது; மன்னவன்
கோலதூஉம் கோடாது எனின். (6)

இறைகாக்கும் வையக மெல்லாம்; அவனை
முறைகாக்கும் முட்டாச் செயின். (7)

எண்பதத்தான் ஓரா முறைசெய்யா மன்னவன்
தண்பதத்தால் தானே கெடும். (8)

குடிபுறங் காத்தோம்பிக் குற்றம் கடிதல்
வடுவன்று; வேந்தன் தொழில். (9)

கொலையின் கொடியாரை வேந்தொறுத்தல் பைங்கூழ்
களைகட் டதனொடு நேர். (10)

CH. 55 On Upright Government

To examine into the crimes which may be committed, to show no favour to any one, to desire to act with impartiality towards all, and to inflict such punishments as may be wisely resolved on, this is rectitude. 1

When there is rain, the world enjoys prosperity; and when the king rules justly, his subjects prosper. 2

The sceptre of the king is the firm support of the Vedas of the Brahmin, and of all virtue. 3

The world will constantly embrace the feet of the great king who rules his subjects with love. 4

Rain and plentiful crops will ever dwell together in the country of the king who sways his sceptre with justice. 5

It is not the javelin that gives victory; but the king's sceptre, if it do no injustice. 6

The king defends the whole world; and justice, when it is administered without defect, defends the king. 7

The king who gives not facile audience (to those who approach him), and who does not examine and pass judgment (on their complaints), will perish in disgrace. 8

In guarding his subjects (against injury from others), and in preserving them himself, to punish crime is not a fault in a king, it is his duty. 9

For a king to punish criminals with death, is like pulling up the weeds in the green corn. 10

அதிகாரம் 56 கொடுங்கோன்மை

கொலைமேற்கொண்டாரின் கொடிதே அலைமேற்கொண்டு
அல்லவை செய்தொழுகும் வேந்து. (1)

வேலொடு நின்றான் இடுவென் றதுபோலும்
கோலொடு நின்றான் இரவு. (2)

நாடொறும் நாடி முறைசெய்யா மன்னவன்
நாடொறும் நாடு கெடும். (3)

கூழும் குடியும் ஒருங்கிழக்கும் கோல்கோடிச்
சூழாது செய்யும் அரசு. (4)

அல்லற்பட் டாற்றா தழுதகண் ணீரன்றே
செல்வத்தைத் தேய்க்கும் படை. (5)

மன்னர்க்கு மன்னுதல் செங்கோன்மை; அஃதின்றேல்
மன்னாவாம் மன்னர்க் கொளி. (6)

துளியின்மை ஞாலத்திற் கெற்றற்றே வேந்தன்
அளிஇன்மை வாழும் உயிர்க்கு. (7)

இன்மையின் இன்னா துடைமை முறைசெய்யா
மன்னவன் கோல்கீழ்ப் படின். (8)

முறைகோடி மன்னவன் செய்யின் உறைகோடி
ஒல்லாது வானம் பெயல். (9)

ஆபயன் குன்றும் அறுதொழிலோர் நூன்மறப்பர்
காவலன் காவான் எனின். (10)

CH. 56 On Unjust Gvernment

More cruel than the man who lives the life of a murderer is the king who gives himself to oppress and act unjustly (towards his subjects). 1

The request (for money) of him who holds the sceptre, is like the word of him who stands with a weapon (at your breast) and says "give." 2

The country of the king will daily fall to ruin, who does not daily examine into and punish (crimes). 3

The king, who, without reflecting (on its evil consequences), perverts justice, will lose at once both his wealth and his subjects. 4

Will not the tears, shed by a people who cannot endure the oppression which they suffer (from their king) become a file to waste away his wealth? 5

Righteous government gives permanence to the fame of kings; without that their fame will have no endurance. 6

As is the world without rain, so live a people whose king is without kindness. 7

Property gives more sorrow than poverty, to those who live under the sceptre of a king without justice. 8

If the king acts contrary to justice, rain will become unseasonable, and the heavens will withhold their showers. 9

If the guardian (of thecountry) neglect to guard it, the produce of the cows will fall, and the men of six duties will forget their sacred book. 10

அதிகாரம் 57 வெருவந்த செய்யாமை

தக்காங்கு நாடித் தலைச்செல்லா வண்ணத்தால்
ஒத்தாங் கொறுப்பது வேந்து. (1)

கடிதோச்சி மெல்ல எறிக நெடிதாக்கம்
நீங்காமை வேண்டு பவர். (2)

வெருவந்த செய்தொழுகும் வெங்கோலன் ஆயின்
ஒருவந்தம் ஒல்லைக் கெடும். (3)

இறைகடியன் என்றுரைக்கும் இன்னாச் சொல்வேந்தன்
உறைகடுகி ஒல்லைக் கெடும். (4)

அருஞ்செவ்வி இன்னா முகத்தான் பெருஞ்செல்வம்
பேஎய்கண் டன்ன துடைத்து. (5)

கடுஞ்சொல்லன் கண்ணிலன் ஆயின் நெடுஞ்செல்வம்
நீடின்றி ஆங்கே கெடும். (6)

கடுமொழியும் கையிகந்த தண்டமும் வேந்தன்
அடுமுரண் தேய்க்கும் அரம். (7)

இனத்தாற்றி எண்ணாத வேந்தன் சினத்தாற்றிச்
சீறின் சிறுகும் திரு. (8)

செருவந்த போழ்தில் சிறைசெய்யா வேந்தன்
வெருவந்து வெய்து கெடும். (9)

கல்லார்ப் பிணிக்குங் கடுங்கோல் அது அல்ல(து)
இல்லை நிலக்குப் பொறை. (10)

CH. 57 Against Acting with Cruelty

He is a king who having equitably examined (any injustice which has been brought to his notice), suitably punishes it, so that it may not be again committed. 1

Let him, who desires that his prosperity may long remain with him, put away cruelty, and punish with mildness. 2

The cruel-sceptred king, who acts so as to put his subjects in fear, will certainly and quickly come to ruin. 3

The life of that king will be shortened, and he will quickly perish, of whom the said word is spoken "Our king is cruel." 4

The great wealth of him who is difficult of access and of stern countenance, is like that which a devil has obtained. 5

The abundant wealth of the king whose words are harsh and whose looks are without kindness, instead of abiding with him, will instantly perish. 6

Severe words and excessive punishments will be a file to waste away a king's power for destroying (his enemies). 7

The prosperity of the king will waste away, who without reflecting (on his affairs himself), commits them to his ministers, and (when failure occurs) gives way to anger, and rages against them. 8

They king who has not provided a defence for himself, in time of war will be seized with fear and quickly perish. 9

The earth bears up no greater burden than a cruel sceptre which attaches to itself ignorant men (as the ministers of its evil deeds). 10

அதிகாரம் 58 கண்ணோட்டம்

கண்ணோட்டம் என்னும் கழிபெருங் காரிகை
உண்மையான் உண்டிவ் வுலகு. (1)

கண்ணோட்டத் துள்ள துலகியல்; அஃது இலார்
உண்மை நிலக்குப் பொறை. (2)

பண்என்னாம் பாடற் கியைபின்றேல் கண்என்னாம்
கண்ணோட்டம் இல்லாத கண்? (3)

உளபோல் முகத்தெவன் செய்யும் அளவினால்
கண்ணோட்டம் இல்லாத கண்? (4)

கண்ணிற்கு அணிகலம் கண்ணோட்டம்; அஃது இன்றேல்
புண்ணென் றுணரப் படும். (5)

மண்ணோ டியைந்த மரத்தனையர் கண்ணோ(டு)
இயைந்துகண் ணோடா தவர். (6)

கண்ணோட்டம் இல்லவர் கண்ணிலர்கண்ணுடையார்
கண்ணோட்டம் இன்மையும் இல். (7)

கருமம் சிதையாமல் கண்ணோட வல்லார்க்(கு)
உரிமை உடைத்திவ் வுலகு. (8)

ஒறுத்தாற்றும் பண்பினார் கண்ணும்கண் ணோடிப்
பொறுத்தாற்றும் பண்பே தலை. (9)

பெயக்கண்டும் நஞ்சுண் டமைவர் நயத்தக்க
நாகரிகம் வேண்டு பவர். (10)

CH. 58 On Gracious Demeanour

The world exists through that greatest ornament (of princes), a gracious demeanour. 1

The prosperity of the world springs from the kindliness (of kings); the existence of those (kings) who have no (kindliness) is a burden to the earth. 2

What is the value of a song, if it be not fit to be sung? What is value of eyes in which there is no kindness? 3

Beyond appearing to be in the face, what good do they do, those eyes in which is no well-regulated kindness? 4

Kind looks are the ornaments of the eyes; without these, they will be considered (by the wise) to be merely two sores. 5

They resemble the trees of the earth, who although they have eyes never look kindly (on others). 6

Men without kind looks are men without eyes; those who (really) have eyes are also not without kind looks. 7

To those kings who are able to show kindness without injury to their affairs, the world will be all their own. 8

Patiently to bear with, and shew kindness to those who grieve us, is the most excellent of all dispositions. 9

Those who desire (to cultivate that degree of) urbanity which all shall love, will consent to swallow the poison which they have even seen poured out for them. 10

அதிகாரம் 59 ஒற்றாடல்

ஒற்றும் உரைசான்ற நூலும் இவை இரண்டும்;
தெற்றென்க மன்னவன் கண். (1)

எல்லார்க்கும் எல்லாம் நிகழ்பவை எஞ்ஞான்றும்
வல்லறிதல் வேந்தன் தொழில். (2)

ஒற்றினான் ஒற்றிப் பொருள்தெரியா மன்னவன்
கொற்றம் கொளக்கிடந்ததில். (3)

வினைசெய்வார் தம்சுற்றம் வேண்டாதார் என்றாங்(கு)
அனைவரையும் ஆராய்வ தொற்று. (4)

கடாஅ உருவொடு கண்ணஞ்சா தியாண்டும்
உகாஅமை வல்லதே ஒற்று. (5)

துறந்தார் படிவத்த ராகி இறந்தாராய்ந்து
என்செயினும் சோர்வில தொற்று. (6)

மறைந்தவை கேட்கவற் றாகி அறிந்தவை
ஐயப்பா டில்லதே ஒற்று. (7)

ஒற்றொற்றித் தந்த பொருளையும் மற்றுமோர்
ஒற்றினால் ஒற்றிக் கொளல். (8)

ஒற்றொற் றுணராமை ஆள்க உடன்மூவர்
சொல்தொக்க தேறப் படும். (9)

சிறப்பறிய ஒற்றின்கண் செய்யற்க; செய்யின்
புறப்படுத்தா னாகும் மறை. (10)

CH. 59 On the Employment of Spies

Let a king consider as his eyes these two things a spy, and a book (of laws) universally esteemed. 1

It is the duty of a king to know quickly all that happens, at all times amongst all men. 2

There is no way for a king to obtain conquests, who knows not the advantage of discoveries made by a spy. 3

He is a spy who watches all men, to wit, those who are in the king's employment, his relatives, and his enemies. 4

A spy is one who is able to assume an appearance which may create no alarm (in the minds of others), who fears no man's face, and who never reveals (his purpose). 5

He is a spy who, assuming the appearance of an ascetic, goes into (whatever place he wishes), examines into all that is needful, and never discovers himself whatever may be done to him. 6

A spy is one who is able to discover what is hidden, and who retains no doubt concerning what he has known. 7

Let not a king receive the information which a spy has discovered and made known to him until he has examined it by another spy. 8

Let a king employ spies so that one may have no knowledge of the other; and when the information of three agrees together, let him receive it. 9

Let not a king publicly confer on a spy any marks of his favour; if he does, he will divulge his won secret. 10

அதிகாரம் 60 ஊக்கம் உடைமை

உடையர் எனப்படுவ தூக்கம்; அஃதில்லார்
உடைய துடையரோ மற்று? (1)

உள்ளம் உடைமை உடைமை; பொருளுடைமை
நில்லாது நீங்கி விடும். (2)

ஆக்கம் இழந்தேமென் றல்லாவார் ஊக்கம்
ஒருவந்தம் கைத்துடை யார். (3)

ஆக்கம் அதர்வினாய்ச் செல்லும் அசைவிலா
ஊக்கம் உடையா னுழை. (4)

வெள்ளத் தனைய மலர்நீட்டம்; மாந்தர்தம்
உள்ளத் தனைய துயர்வு. (5)

உள்ளுவ தெல்லாம் உயர்வுள்ளல்; மற்றது
தள்ளினும் தள்ளாமை நீர்த்து. (6)

சிதைவிடத் தொல்கார் உரவோர்; புதையம்பின்
பட்டுப்பா டூன்றும் களிறு. (7)

உள்ளம் இலாதவர் எய்தார்; ' உலகத்து
வள்ளியம்!' என்னும் செருக்கு. (8)

பரியது கூர்ங்கோட்ட தாயினும் யானை
வெரூஉம் புலிதாக் குறின். (9)

உரமொருவற் குள்ள வெறுக்கை; அஃதல்லார்
மர மக்க ளாதலே வேறு. (10)

CH. 60 On Energy

Energy makes out the man of property; as for those who are destitute of energy, do they (really) possess what they possess? 1

The possession of (energy of) mind is true property; the possession of wealth passes away and abides not. 2

They who are possessed of enduring energy will not trouble themselves, saying, "We have lost our property." 3

Wealth will ask for a way to come to the man of unfailing energy. 4

The length of a flower-stalk will be in proportion to the depth of the water (in which it grows); the height of a man is in proportion to (the greatness of) his mind. 5

In all that a king thinks of, let him think of his greatness; and if it should be thrust from him (by fate), it will have the nature of not being thrust from him. 6

The strong-minded will not faint, even when all is lost; the elephant stands firm even when surrounded by a shower of arrows. 7

Those who have no (greatness of) mind, will not acquire the joy of saying in the world, "We have exercised liberality." 8

Although the elephant has a large body, and a sharp tusk, yet it fears the attack of the tigers. 9

Energy is mental wealth; those men who are destitute of it are only trees in the form of men. 10

அதிகாரம் 61 மடி இன்மை

குடிஎன்னும் குன்றா விளக்கம் மடிஎன்னும்
மாசூர மாய்ந்து கெடும். (1)

மடியை மடியா ஒழுகல் குடியைக்
குடியாக வேண்டு பவர். (2)

மடிமடிக் கொண்டொழுகும் பேதை பிறந்த
குடிமடியும் தன்னினும் முந்து. (3)

குடிமடிந்து குற்றம் பெருகும் மடிமடிந்து
மாண்ட உஞற்றி லவர்க்கு. (4)

நெடுநீர் மறவி மடிதுயில் நான்கும்
கெடுநீரார் காமக் கலன். (5)

படியுடையார் பற்றமைந்தக் கண்ணும் மடியுடையார்
மாண்பயன் எய்தல் அரிது. (6)

இடிபுரிந் தெள்ளுஞ்சொல் கேட்பர் மடிபுரிந்து
மாண்ட உஞற்றி லவர். (7)

மடிமை குடிமைக்கண் தங்கின்தன் ஒன்னார்க்(கு)
அடிமை புகுத்தி விடும். (8)

குடியாண்மை யுள்வந்த குற்றம் ஒருவன்
மடியாண்மை மாற்றக் கெடும். (9)

மடியிலா மன்னவன் எய்தும் அடியளந்தான்
தாஅய தெல்லாம் ஒருங்கு. (10)

CH. 61

Against Idleness

By the darkness of idleness, the indestructible lamp of family (rank) will go out and be extinguished. 1

Let those, who desire that their family may be illustrious put away all idleness from their conduct. 2

The (lustre of the) family of the ignorant man, who acts under the influence of destructive laziness, will perish even before he is dead. 3

Family (greatness) will be destroyed, and faults will increase, in those men who give way to laziness, and put forth no dignified exertion. 4

Procrastination, forgetfulness, idleness and sleep, these four things, are the ornaments desired by those whose nature leads them to destruction. 5

It is a rare things for the idle, even if they receive the aid of kings, to derive any great benefit from it. 6

Those who love idleness and do not engage indignified exertions, will hear the words of rebuke and reproach. 7

If laziness take up its abode in a family, it will make them the slaves of their enemies. 8

When a man puts away idleness, the reproach which has come upon himself and his family will disappear.9

The king who never gives way to idleness will obtain entire possession of the space passed over by him who measured (the worlds) with his foot. 10

அதிகாரம் 62 ஆள்வினையுடைமை

அருமை உடைத்தென் றசாவாமை வேண்டும்;
பெருமை முயற்சி தரும். (1)

வினைக்கண் வினைகெடல் ஓம்பல்; வினைக்குறை
தீர்ந்தாரின் தீர்ந்தன் றுலகு. (2)

தாளாண்மை என்னும் தகைமைக்கண் தங்கிற்றே
வேளாண்மை என்னும் செருக்கு. (3)

தாளாண்மை இல்லாதான் வேளாண்மை பேடிகை
வாளாண்மை போலக் கெடும். (4)

இன்பம் விழையான் வினைவிழைவான் தன்கேளிர்
துன்பம் துடைத்தூன்றும் தூண். (5)

முயற்சி திருவினை ஆக்கும்; முயற்றின்மை
இன்மை புகுத்தி விடும். (6)

மடியுளாள் மாமுகடி என்ப; மடியிலான்
தாளுளாள் தாமரையி னாள். (7)

பொறியின்மை யார்க்கும் பழியன் றறிவறிந்(து)
ஆள்வினை இன்மை பழி. (8)

தெய்வத்தான் ஆகா தெனினும் முயற்சிதன்
மெய்வருத்தக் கூலி தரும். (9)

ஊழையும் உப்பக்கம் காண்பர் உலைவின்றித்
தாழா துஞற்று பவர். (10)

CH. 62 On Manly Effort

Yield not to the feebleness which says, "This is too difficult to be done," Labour will give the greatness (of mind) which is necessary (to do it). 1

Take care not to give up exertion in the midst of a work; the world will abandon those who abandon their unfinished work. 2

The lustre of magnificence will dwell only with the dignity of laboriousness. 3

The liberality of him, who does not labour, will fail, like the manliness of a hermaphrodite, who has a sword in its hand. 4

He who desires not pleasure, but desires labour, will be a pillar to sustain his relations, wiping away their sorrows. 5

Labour will produce wealth; idleness will bring poverty. 6

They say that the black Mudevi (the goddess of adversity) dwells with laziness, and the Lakshmi (the goddess of prosperity) dwells with the labour of the industrious. 7

Adverse fate is no disgrace to any one; to be without exertion, and without knowing what should be known, this is disgrace. 8

Although it be said that, through fate, it cannot be attained, yet labour, with bodily exertion, will yield its reward. 9

They who labour on, without fear and without fainting, will see even fate (put) behind their back. 10

அதிகாரம் 63 இடுக்கணழியாமை

இடுக்கண் வருங்கால் நகுக; அதனை
அடுத்தூர்வ தஃதொப்ப தில். (1)

வெள்ளத் தனைய இடும்பை அறிவுடையான்
உள்ளத்தின் உள்ளக் கெடும். (2)

இடும்பைக் கிடும்பை படுப்பர் இடும்பைக்(கு)
இடும்பை படாஅ தவர். (3)

மடுத்தவா யெல்லாம் பகடன்னான் உற்ற
இடுக்கண் இடர்ப்பா டுடைத்து. (4)

அடுக்கி வரினும் அழிவிலான் உற்ற
இடுக்கண் இடுக்கண் படும். (5)

அற்றேமென் றல்லல் படுபவோ பெற்றேமென்று
ஓம்புதல் தேற்றா தவர்? (6)

இலக்கம் உடம்பிடும்பைக் கென்று கலக்கத்தைக்
கையாறாக் கொள்ளாதாம் மேல். (7)

இன்பம் விழையான் இடும்பை இயல்பென்பான்
துன்பம் உறுதல் இலன். (8)

இன்பத்துள் இன்பம் விழையாதான் துன்பத்துள்
துன்பம் உறுதல் இலன். (9)

இன்னாமை இன்பம் எனக்கொளின் ஆகும்தன்
ஒன்னார் விழையும் சிறப்பு. (10)

அரசியல் முற்றிற்று.

CH. 63 On Perseverance in spite of Difficulties

If troubles come, laugh; there is nothing like that, to press upon and drive away sorrow. 1

A flood of troubles will be overcome by the (courageous) thought which the minds of the wise will entertain, even in sorrow. 2

They give sorrow to sorrow who in sorrow do not suffer sorrow. 3

Troubles will vanish before the man, (who struggles against difficulties) as a buffalo (drawing a cart) through deep mire. 4

The troubles of that man will be troubled (and disappear) who, however thickly they may come upon him. does not abandon (his purpose). 5

Will those men ever cry out in sorrow, "We are destitute," who, (in their prosperity) give not way to undue desire to keep their wealth, saying, "We are rich"? 6

The great will not regard trouble as trouble, knowing that the body is the butt of trouble. 7

That man never experiences sorrow, who does not seek for pleasure, and who considers trouble to be natural (to man). 8

He does not suffer sorrow in sorrow, who does not look for pleasure in pleasure. 9

The elevation, which his enemies desire, will be gained by him, who regard trouble as pleasure. 10

அங்க இயல்

அதிகாரம் 64 அமைச்சு

கருவியும் காலமும் செய்கையும் செய்யும்
அருவினையும் மாண்ட தமைச்சு (1)

வன்கண் குடிகாத்தல் கற்றறிதல் ஆள்வினையோ(டு)
ஐந்துடன் மாண்ட தமைச்சு (2)

பிரித்தலும் பேணிக் கொளலும் பிரிந்தார்ப்
பொருத்தலும் வல்ல தமைச்சு (3)

தெரிதலும் தேர்ந்து செயலும் ஒருதலையாச்
சொல்லலும் வல்ல தமைச்சு (4)

அறனறிந் தான்றமைந்த சொல்லான் எஞ்ஞான்றும்
திறனறிந்தான் தேர்ச்சித் துணை (5)

மதிநுட்பம் நூலோ டுடையார்க் கதிநுட்பம்
யாவுள முன்னிற் பவை. (6)

செயற்கை அறிந்தக் கடைத்தும் உலகத்(து)
இயற்கை அறிந்து செயல் (7)

அறிகொன் றறியான் எனினும் உறுதி
உழைஇருந்தான் கூறல் கடன் (8)

பழுதெண்ணும் மந்திரியின் பக்கத்துள் தெவ்வோர்
எழுபது கோடி உறும் (9)

முறைப்படச் சூழ்ந்தும் முடிவிலவே செய்வர்
திறப்பா டிலாஅ தவர் (10)

CH. 64 On Ministry

The minister is one who can make an excellent choice of means, time, manner of execution, and the difficult undertaking (itself). 1

The minister is one who in addition to the aforesaid five things excels in the possession of firmness, protection of subjects, clearness by learning, and perseverance. 2

The minister is one who can effect discord (among foes), maintain the goodwill of his friends and restore to friendship those who have seceded (from him). 3

The minister is one who is able to comprehend (the whole nature of an undertaking), execute it in the best manner possible, and offer assuring advice (in time of necessity). 4

He is the best helper (of the king) who, understanding the (duties) of the latter, is by his special learning, able to tender the fullest advice and at all times conversant with the best method (of performing actions). 5

What (contrivances) are there so acute as to resist those who possess natural acuteness in addition to learning? 6

Though you are acquainted with the (theoretical) methods (of performing an act), understand the practical ways of the world and act accordingly. 7

Although the king be utterly ignorant, it is the duty of the minister to give (him) sound advice. 8

Far better are seventy crores of enemies for a king than a minister at his side who intends his ruin. 9

Those ministers who are destitute of (executive) ability will fail to carry out their projects, although they may have contrived aright. 10

அதிகாரம் 65 சொல் வன்மை

நாநலம் என்னும் நலனுடைமை; அந்நலம்
யாநலத் துள்ளதூஉம் அன்று. (1)

ஆக்கமும் கேடும் அதனால் வருதலால்
காத்தோம்பல் சொல்லின்கண் சோர்வு. (2)

கேட்டார்ப் பிணிக்கும் தகையவாய்க் கேளாரும்
வேட்ப மொழிவதாம் சொல். (3)

திறனறிந்து சொல்லுக சொல்லை; அறனும்
பொருளும் அதனினூஉங் கில். (4)

சொல்லுக சொல்லைப் பிறிதோர்சொல் அச்சொல்லை
வெல்லும்சொல் இன்மை அறிந்து. (5)

வேட்பத்தாம் சொல்லிப் பிறர்சொல் பயன்கோடல்
மாட்சியின் மாசற்றார் கோள். (6)

சொலல்வல்லன் சோர்விலன் அஞ்சான் அவனை
இகல்வெல்லல் யார்க்கும் அரிது. (7)

விரைந்து தொழில்கேட்கும் ஞாலம் நிரந்தினிது
சொல்லுதல் வல்லார்ப் பெறின். (8)

பலசொல்லக் காமுறுவர் மன்றமா சற்ற
சிலசொல்லல் தேற்றா தவர். (9)

இணரூழ்த்தும் நாறா மலரனையர் கற்ற(து)
உணர விரித்துரையா தார். (10)

CH. 65 On Power of Speech

The possession of that goodness which is called the goodness of speech is (even to others) bettter than any other goodness. 1

Since (both) wealth and evil result from (their) speech, ministers should most carefully guard themselves against faultiness therein. 2

The (minister's) speech is that which seeks (to express) elements as blind his friends (to himself) and is so delivered as to make even his enemies desire his (friendship). 3

Understand the qualities (of your hearers) and (then make) your speech; for superior to it, there is neither virtue nor wealth. 4

Deliver your speech, after assuring yourself that no counter speech can defeat your own. 5

It is the opinion of those who are free from defects in diplomacy that the minister should speak so as to make his hearers desire (to hear more) and grasp the meaning of what he hears himself. 6

It is impossible for any one to conquer him by intrigue who possesses power of speech, and is neither faulty nor timid. 7

If there be those who can speak, on various subjects in their proper order and in a pleasing manner, the world would readily accept them. 8

They will desire to utter many words, who do not know how to speak a few faultless ones. 9

Those who are unable to set forth their acquirements (before others) are likeflowers blossoming in a cluster and yet without fragrance. 10

அதிகாரம் 66 வினைத்தூய்மை

துணைநலம் ஆக்கம் தரூஉம்; வினைநலம்
வேண்டிய எல்லாம் தரும். (1)

என்றும் ஒருவுதல் வேண்டும் புகழொடு
நன்றி பயவா வினை. (2)

ஓஒதல் வேண்டும் ஒளிமாழ்கும் செய்வினை
ஆஅதும் என்னு மவர். (3)

இடுக்கண் படினும் இளிவந்த செய்யார்
நடுக்கற்ற காட்சி யவர். (4)

எற்றென்றி ரங்குவ செய்யற்க; செய்வானேல்
மற்றன்ன செய்யாமை நன்று. (5)

ஈன்றாள் பசிகாண்பான் ஆயினும் செய்யற்க
சான்றோர் பழிக்கும் வினை. (6)

பழிமலைந் தெய்திய ஆக்கத்தின் சான்றோர்
கழிநல் குரவே தலை. (7)

கடிந்த கடிந்தொரார் செய்தார்க் கவைதாம்
முடிந்தாலும் பீழை தரும். (8)

அழக்கொண்ட எல்லாம் அழப்போம்; இழப்பினும்
பின்பயக்கும் நற்பா லவை. (9)

சலத்தால் பொருள்செய் தே மார்த்தல் பசுமண்
கலத்துள்நீர் பெய்திரீஇ யற்று. (10)

CH. 66 On Uprightness of Action

The efficacy of support will yield (only) wealth: (but) the efficacy of action will yield all that is desired. 1

Ministers should at all times avoid acts which, in addition to fame, yield no benefit (for the future). 2

Those who say, "We will become (better)" should avoid the performance of acts that would destroy (their fame). 3

Those who have infalliable judgment, though threatened with peril, will not do acts which have brought disgrace (on former ministers). 4

Let a minister never do acts of which he would have to grieve saying, "What is this I have done!" (but) should he do (them), it were good that he grieved not. 5

Though a minister may see his mother starve, let him do not act which the wise would (treat with contempt). 6

Far more excellent is the extreme poverty of the wise than wealth obtained by heaping up of sinful deeds.7

The actions of those, who have not desisted from doing deeds forbidden (by the great), will even if they succeed, cause them sorrow. 8

All that has been obtained with tears (to the victim) will depart with tears (to himself); but what has been obtained by fair means, though with loss at first, will afterwards yields fruit. 9

(For a minister) to protect (his king) with wealth obtained by fould means is like preserving a vessel of wet clay filling it with water. 10

அதிகாரம் 67 வினைத்திட்பம்

வினைத்திட்பம் என்ப தொருவன் மனத்திட்பம்;
மற்றைய எல்லாம் பிற. (1)

ஊறொரால் உற்றபின் ஒல்காமை இவ்விரண்டின்
ஆறென்பர் ஆய்ந்தவர் கோள். (2)

கடைக்கொட்கச் செய்தக்க தாண்மை; இடைக்கொட்கின்
எற்றா விழுமம் தரும். (3)

சொல்லுதல் யார்க்கும் எளிய; அரியவாம்
சொல்லிய வண்ணம் செயல். (4)

வீறெய்தி மாண்டார் வினைத்திட்பம் வேந்தன்கண்
ஊறெய்தி உள்ளப் படும். (5)

எண்ணிய எண்ணியாங் கெய்துப எண்ணியார்
திண்ணிய ராகப் பெறின். (6)

உருவுகண் டெள்ளாமை வேண்டும்; உருள்பெருந்தேர்க்கு
அச்சாணி அன்னா ருடைத்து. (7)

கலங்காது கண்ட வினைக்கண் துளங்காது
தூக்கம் கடிந்து செயல். (8)

துன்பம் உறவரினும் செய்க துணிவாற்றி
இன்பம் பயக்கும் வினை. (9)

எனைத்திட்பம் எய்தியக் கண்ணும் வினைத்திட்பம்
வேண்டாரை வேண்டா துலகு. (10)

CH. 67 On Quality of Action

Firmness in action is (simply) one';s firmness of mind; all other abilities are not of this nature. 1

Not to perform a ruinous act, and not to be discouraged by the ruinous termination of an act, are the two maxims which the wise say, form the principles of those who have investigated the subject. 2

So to perform an act as to publish it only at its termination is (true) manliness; for to announce it before hand, will cause irremediable sorrow. 3

To say (how an act is to be performed) is indeed easy for any one; but far difficult it is to do according to what has been said. 4

The firmness in action of those who have become great by the excellence of their counsel will, by attaining its fulfillment in the person of the king, be esteemed (by all). 5

If those who have planned (an undertaking) possess firmness (in executing it), they will obtain what they have desired even as they have desired it. 6

Let none he despised for (their) size; (for) the world has those who resemble the linch-pin of the big rolling car. 7

An act that has been firmly resolved on must be as firmly carried out without delay. 8

Though it should cause increasing sorrow (at the outset), do with firmness the act that yields bliss (in the end). 9

The great will not esteemed those who esteem not firmness of action, whatever other abilities the latter may possess. 10

அதிகாரம் 68 வினை செயல் வகை

சூழ்ச்சி முடிவு துணிவெய்தல் அத்துணிவு
தாழ்ச்சியுள் தங்குதல் தீது. (1)

தூங்குக தூங்கிச் செயற்பால; தூங்கற்க
தூங்காது செய்யும் வினை. (2)

ஒல்லும்வாய் எல்லாம் வினைநன்றே; ஒல்லாக்கால்
செல்லும்வாய் நோக்கிச் செயல். (3)

வினைபகை என்றிரண்டின் எச்சம் நினையுங்கால்
தீஎச்சம் போலத் தெறும். (4)

பொருள்கருவி காலம் வினை இடனோ டைந்தும்
இருள்தீர எண்ணிச் செயல். (5)

முடிவும் இடையூறும் முற்றியாங் கெய்தும்
படுபயனும் பார்த்துச் செயல். (6)

செய்வினை செய்வான் செயன்முறை அவ்வினை
உள்ளறிவான் உள்ளம் கொளல். (7)

வினையான் வினையாக்கிக் கோடல் நனைகவுள்
யானையால் யானையாத் தற்று. (8)

நட்டார்க்கு நல்ல செயலின் விரைந்ததே
ஒட்டாரை ஒட்டிக் கொளல். (9)

உறைசிறியார் உள்நடுங்கல் அஞ்சிக் குறைபெறின்
கொள்வர் பெரியார்ப் பணிந்து. (10)

CH. 68 On Mode of Action

Consultation ends in forming a resolution (to act); (but) delay in the execution of that resolve is an evil. 1

Sleep over such (actions) as may be slept over; (but) never over such as may not be slept over. 2

Whenever it is possible (to overcome your enemy) the act (of fighting) is certainly good; if not, endeavour of employ some more successful method. 3

When duly considered, the incomplete execution of an undertaking and hostility will grow and destroy one like the (unextinguished) remnant of a fire. 4

Do an act after a due consideration of the (following) five; viz, money, means, time, execution and place. 5

An act is to be performed after considering the exertion required, the obstacles to be encountered, and the great profit to be gained (on its completion). 6

The method of performance for one who has begun an act is to ascertain the mind of him who knows the secret thereof. 7

To make one undertaking the means of accomplishing another (similar to it) is like making one rutting elephant the means of capturing another. 8

One should rather hasten to secure the alliance of the foes (of one's foes) rather than perform good offices to one's friends. 9

Ministers of small states, afraid of their people being frightened, will yield to and acknowledge their superior foes, if the latter offer them a chance of reconciliation. 10

அதிகாரம் 69 தூது

அன்புடைமை ஆன்ற குடிப்பிறத்தல் வேந்தவாம்
பண்புடைமை தூதுரைப்பான் பண்பு. (1)

அன்பறி வாராய்ந்த சொல்வன்மை தூதுரைப்பார்க்(கு)
இன்றி யமையாத மூன்று. (2)

நூலாருள் நூல்வல்ல னாகுதல் வேலாருள்
வென்றி வினையுரைப்பான் பண்பு. (3)

அறிவுரு ஆராய்ந்த கல்விஇம் மூன்றன்
செறிவு உடையான் செல்க வினைக்கு. (4)

தொகச்சொல்லித் தூவாத நீக்கி நகச்சொல்லி
நன்றி பயப்பதாம் தூது. (5)

கற்றுக்கண் அஞ்சான் செலச்சொல்லிக் காலத்தால்
தக்க தறிவதாம் தூது. (6)

கடன்அறிந்து காலம் கருதி இடனறிந்(து)
எண்ணி உரைப்பான் தலை. (7)

தூய்மை துணைமை துணிவுடைமை இம்மூன்றின்
வாய்மை வழியுரைப்பான் பண்பு. (8)

விடுமாற்றம் வேந்தர்க் குரைப்பான் வடுமாற்றம்
வாய்சோரா வன்க ணவன். (9)

இறுதி பயப்பினும் எஞ்சா திறைவற்(கு)
உறுதி பயப்பதாம் தூது. (10)

CH. 69 On Embassy

The qualifications of an ambassador are affection (for his relations), a fitting birth, and the possession of attributes pleasing to royalty. 1

Love (to his soverign), knowledge (of his affairs), and a discriminating power of speech (before other sovereigns) are the three *sine qua non* qualifications of an ambassador. 2

To be powerful in politics among those who are learned (in ethics) is the character of him who speaks to lance bearing kings on matters of triumph (to his own sovereign). 3

He may go on a mission (to foreign rulers) who has combined in him all these three, viz, (natural) sense, an attractive bearing and well-tried learning. 4

He is an ambassador who (in the presence of foreign rulers) speaks briefly, avoids harshness, talks so as to make them smile, and thus brings good (to his own sovereign).5

He is an ambassador who, having studied (politics) talks impressively, is not afraid of angry looks, and knows (to employ) the art suited to the time. 6

He is chief (among ambassadors) who understands the proper decorum (before the foreign princes), seeks the (proper) occasion, knows the (most suitable) place and delivers his message after (due consideration). 7

The qualifications of him who faithfully delivers his (sovereign's) message are purity, the support (of foreign ministers) and boldness, with truthfulness in addition to the (aforesaid) three. 8

He alone is fit to communicate his sovereign's reply who possesses the firmness not to utter even in-advertently what may reflect discredit (on the latter) 9

He is the ambassador who fearlessly seeks his sovereign's good though it should cost him his life (to deliver his message). 10

அதிகாரம் 70 மன்னரைச் சேர்ந்து ஒழுகல்

அகலா தணுகாது தீக்காய்வார் போல்க
இகல்வேந்தர்ச் சேர்ந்தொழுகு வார். (1)

மன்னர் விழைப விழையாமை மன்னரான்
மன்னிய ஆக்கம் தரும். (2)

போற்றின் அரியவை போற்றல்; கடுத்தபின்
தேற்றுதல் யார்க்கும் அரிது. (3)

செவிச்சொல்லும் சேர்ந்த நகையும் அவித்தொழுகல்
ஆன்ற பெரியா ரகத்து. (4)

எப்பொருளும் ஓரார் தொடரார்மற் றப்பொருளை
விட்டக்கால் கேட்க மறை. (5)

குறிப்பறிந்து காலம் கருதி வெறுப்பில
வேண்டுப வேட்பச் சொலல். (6)

வேட்பன சொல்லி வினையில எஞ்ஞான்றும்
கேட்பினும் சொல்லா விடல். (7)

இளையர் இனமுறையர் என்றிகழார் நின்ற
ஒளியோ டொழுகப் படும். (8)

கொளப்பட்டேம் என்றெண்ணிக் கொள்ளாத செய்யார்
துளக்கற்ற காட்சி யவர். (9)

பழையம் எனக்கருதிப் பண்பல்ல செய்யும்
கெழுதகைமை கேடு தரும். (10)

CH. 70 On Movement with King

Ministers who serve under fickle-minded monarchs should, like those who warm themselves at the fire, be neither (too) far, nor (too) near. 1

For minister not to covet the things desired by their kings will through the kings themselves yield them everlasting wealth. 2

Ministers who would save themselves should avoid (the commission of) serious errors; for if the king's suspicion is once roused, no one can remove it. 3

While in the presence of the sovereign, ministers should neither whisper to nor smile at others. 4

When the king is engaged in secret counsel (with others), ministers should neither over hear anything whatever nor pry into it with inquisitive questions, but (wait) to listen when it is divulged (by the king himself). 5

Knowing the (king's) disposition, and seeking the right time, the minister should in a pleasing manner suggest things such as are desirable and not disagreeable. 6

Ministers should (always) give agreeable advice but on no occassion recommend useless actions, though requested (to do so). 7

Ministers should behave in accordance with the (divine) light in the persons of kings and not despise them saying, "He is our junior (in age) and connected with our family!" 8

Those whose judgment is firm will not do what is disagreeable (to the sovereign) saying (within themselves,) "We are esteemed by the king." 9

The (foolish) claim with which a minister does unbecoming acts because of his long familarity (with the king) will ensure his ruin. 10

அதிகாரம் 71 குறிப்பு அறிதல்

கூறாமை நோக்கிக் குறிப்பறிவான் எஞ்ஞான்றும்
மாறாநீர் வையக் கணி. (1)

ஐயப் படாஅ தகத்த துணர்வானைத்
தெய்வத்தோ டொப்பக் கொளல். (2)

குறிப்பிற் குறிப்புணர் வாரை உறுப்பினுள்
யாது கொடுத்தும் கொளல். (3)

குறித்தது கூறாமைக் கொள்வாரோ டேனை
உறுப்போர் அனையரால் வேறு. (4)

குறிப்பின் குறிப்புணரா வாயின் உறுப்பினுள்
என்ன பயத்தவோ கண்? (5)

அடுத்தது காட்டும் பளிங்குபோல் நெஞ்சம்
கடுத்தது காட்டும் முகம். (6)

முகத்தின் முதுக்குறைந்த துண்டோ? உவப்பினும்
காயினும் தான்முந் துறும். (7)

முகம்நோக்கி நிற்க அமையும் அகம்நோக்கி
உற்ற துணர்வார்ப் பெறின். (8)

பகைமையும் கேண்மையும் கண் உரைக்கும் கண்ணின்
வகைமை உணர்வார்ப் பெறின். (9)

நுண்ணியம் என்பார் அளக்குங்கோல் காணுங்கால்
கண்அல்ல தில்லை பிற. (10)

CH. 71 On Understanding One's Mind

The minister who by looking (at the king) understands his mind without being told (of it) will be a perpetual ornament to the world which is sourrounded by a never-drying sea. 1

He is to be esteemed a god who is able to ascertain without a doubt what is within (one's mind). 2

The king should even give whatever (is asked) of his belongings and secure him who by the indications (of his own mind) is able to read those of another. 3

Those who understand one's t houghts without being informed (thereof) and those who do not, may (indeed) resemble one another bodily; still are they different (mentally). 4

Of what use are the eyes amongst one's members, if they cannot by their own indications dive those of another?` 5

As the mirrow reflects what is near, so does the face show what is uppermost in the mind. 6

Is there anything so full of knowledge as the face? (No) it precedes the mind, whether (the latter is) pleased or vexed. 7

If the king gets those who, by looking into his mind can understand (and remove) what has occurred (to him), it is enough that he stand looking at their face.8

If a king gets ministers who can read the movements of the eye, the eyes (of foreign kings) will (themselves) reveal (to him) their hatred of friendship. 9

The measuring rod of those (ministers) who say, "Who are acute, "will on inquiry be found to be their (own) eyes and nothing else. 10

அதிகாரம் 72 அவையறிதல்

அவையறிந் தாராய்ந்து சொல்லுக சொல்லின்
தொகைஅறிந்த தூய்மை யவர். (1)

இடைதெரிந்து நன்குணர்ந்து சொல்லுக சொல்லின்
நடைதெரிந்த நன்மை யவர். (2)

அவையறியார் சொல்லல்மேல் கொள்பவர் சொல்லின்
வகையறியார் வல்லதூஉம் இல். (3)

ஒளியார்முன் ஒள்ளியர் ஆதல் வெளியார்முன்
வான்சுதை வண்ணம் கொளல். (4)

நன்றென்ற வற்றுள்ளும் நன்றே முதுவருள்
முந்து கிளவாச் செறிவு. (5)

ஆற்றின் நிலைதளர்ந் தற்றே வியன்புலம்
ஏற்றுணர்வார் முன்னர் இழுக்கு. (6)

கற்றுஅறிந்தார் கல்வி விளங்கும் கசடறச்
சொல்தெரிதல் வல்லா ரகத்து. (7)

உணர்வ துடையார்முன் சொல்லல் வளர்வதன்
பாத்தியுள் நீர்சொரிந் தற்று. (8)

புல்லவையுள் பொச்சாந்தும் சொல்லற்க நல்லவையுள்
நன்கு செலச்சொல்லு வார். (9)

அங்கணத்துள் உக்க அமிழ்தற்றால் தம்கணத்தர்
அல்லார்முன் கோட்டி கொளல். (10)

CH. 72 On Judging the Audience

Let the pure who know the arrangement of words speak with deliberation after ascertaining (the nature of) the court (then assembled). 1

Let the good who know the uses of words speak with a clear knowledge after ascertaining the time (suited to the court). 2

Those who undertake to speak without knowing the (nature of the) court are ignorant of the quality of words as well as devoid of thepower (of learning). 3

Ministers should be lights in the assembly of the enlightened, but assume the pure whiteness of mortar (ignorance) in that of fools. 4

The modesty by which one does not rush forward and speak in (an assembly) of superiors is the best among all (one's) good qualities. 5

(For a minister) to blunder in the presence of those who have acquired a vast store of learning and know (the value thereof) is like a good man stumbling (and falling away) from the path of virtue. 6

The learning of those who have read, understood (much) will shine in the assembly of those who faultlessly examine (the nature of) words. 7

Lecturing, to those who have the ability to understand (for themselves) is like watering a bed of plants that are growing (of themselves). 8

Those who are able to speak good things impressively in an assembly of the good should not even forgetfully speak them in that of the low. 9

To utter (a good word) in the assembly of those who are of an inferior rank is like dropping a nectar on the ground. 10

அதிகாரம் 73 அவை அஞ்சாமை

வகைஅறிந்து வல்லவை வாய்சோரார் சொல்லின்
தொகைஅறிந்த தூய்மை யவர். (1)

கற்றாருள் கற்றார் எனப்படுவர் கற்றார்முன்
கற்ற செலச்சொல்லு வார். (2)

பகையகத்துச் சாவார் எளியர்; அரியர்
அவையகத் தஞ்சா தவர். (3)

கற்றார்முன் கற்ற செலச்சொல்லித் தாம்கற்ற
மிக்காருள் மிக்க கொளல். (4)

ஆற்றின் அளவறிந்து கற்க அவையஞ்சா
மாற்றம் கொடுத்தற் பொருட்டு. (5)

வாளொடென் வன்கண்ணர் அல்லார்க்கு? நூலொடென்
நுண்ணவை அஞ்சு பவர்க்கு? (6)

பகையகத்துப் பேடிகை ஒள்வாள் அவையகத்(து)
அஞ்சு மவன்கற்ற நூல். (7)

பல்லவை கற்றும் பயமிலரே நல்லவையுள்
நன்கு செலச்சொல்லா தார். (8)

கல்லா தவரின் கடையென்ப கற்றறிந்தும்
நல்லார் அவைஅஞ்சு வார். (9)

உளர்எனினும் இல்லாரொடொப்பர் களன் அஞ்சிக்
கற்ற செலச்சொல்லா தார். (10)

CH. 73. On Self-confidence before an Audience

The pure who know the classification of words having first ascertained the nature (of the court) will not (through fear) falter in their speech before that powerful body. 1

Those who can agreeably set forth their acquirements before the learned will be regarded as the most learned among the learned. 2

Many indeed may (fearlessly) die in the presence of (their) foes; (but) few are those who are fearless in the assembly of the learned. 3

Ministers should agreeably set forth their acquirement before the learned and acquire more (knowledge) from their superiors (in learning). 4

In order to reply fearlessly before a foreign court, (ministers) should learn logic according to the rules (of grammar). 5

What have they to do with a sword who are not valiant, or they with learning who are afraid of an intelligent assembly? 6

The learning of him who is diffident before an assembly is like the shining sword of an hermaphrodite in the presence of his foes. 7

Those who cannot agreebly speak good things before a good assembly are indeed unprofitable persons in spite of all their various acquirements. 8

They who, though they have learned and understood, are yet afraid of the assembly of the good are said to be inferior (even) to the illiterate. 9

Those who through fear of the assembly, are-unable to set forth their learning in an interesting manner, though alive, are yet like the dead. 10

அதிகாரம் 74 நாடு

தள்ளா விளையுளும் தக்காரும் தாழ்விலாச்
செல்வரும் சேர்வது நாடு. (1)

பெரும்பொருளால் பெட்டக்க தாகி அருங்கேட்டால்
ஆற்ற விளைவது நாடு. (2)

பொறைஒருங்கு மேல்வருங்கால் தாங்கி இறைவற்(கு)
இறைஒருங்கு நேர்வது நாடு. (3)

உறுபசியும் ஓவாப் பிணியும் செறுபகையும்
சேரா தியல்வது நாடு. (4)

பல்குழுவும் பாழ்செய்யும் உட்பகையும் வேந்தலைக்கும்
கொல்குறும்பும் இல்லது நாடு. (5)

கேடறியாக் கெட்ட இடத்தும் வளங்குன்றா
நாடென்ப நாட்டின் தலை. (6)

இருபுனலும் வாய்ந்த மலையும் வருபுனலும்
வல்லரணும் நாட்டிற் குறுப்பு. (7)

பிணிஇன்மை செல்வம் விளைவின்பம் ஏமம்
அணிஎன்ப நாட்டிற்கிவ் வைந்து. (8)

நாடென்ப நாடா வளத்தன; நாடல்ல
நாட வளந்தரும் நாடு. (9)

ஆங்கமை வெய்தியக் கண்ணும் பயமின்றே
வேந்தமை வில்லாத நாடு. (10)

CH. 74 On The Greatness of a Kingdom

A kingdom is that in which those who carry on a complete cultivation, virtuous persons, and merchants with inezhaustible wealth, dweil together. 1

A kingdom is that which is desired for its immense wealth, and which grows greatly in prosperity, being free from destructive causes. 2

A kingdom is that which can bear any burden that may be pressed on it (from adjoining kingdoms) and (yet) pay the full tribute to its sovereign. 3

A kingdom is that which continues to be free from excessive starvation, irremediable epidemics, and destructive foes. 4

A kingdom is that which is without various (irregular) association, destructive internal enemies, and murderous savages who (sometimes) harass the sovereign. 5

The learned say that the best kingdom is that which knows no evil (from its foes) and, if injured (at all), suffers no diminution in its fruitfulness. 6

The constituents of a kingom are the two waters (from above and below), well situated hills and an indestructible fort. 7

Freedom from epidemics, wealth, produce, happiness, and protection (to subjects): these five, the learned say, are the ornaments of a kingdom. 8

The learned say that those are kingdoms whose wealth is not laboured for, and those not, whose wealth is only obtained through labour. 9

Although in possession of all the above mentioned excellences, these are indeed of no use to a country, in the absence of harmony between the sovereign and the subjects. 10

அதிகாரம் 75 அரண்

ஆற்றுபவர்க்கும் அரண்பொருள் அஞ்சித்தன்
போற்று பவர்க்கும் பொருள். (1)

மணிநீரும் மண்ணும் மலையும் அணிநிழல்
காடும் உடைய தரண். (2)

உயர்வகலம் திண்மை அருமைஇந் நான்கின்
அமைவரண் என்றுரைக்கும் நூல். (3)

சிறுகாப்பின் பேரிடத்த தாகி உறுபகை
ஊக்கம் அழிப்ப தரண். (4)

கொளற்கரிதாய்க் கொண்ட கூழ்த் தாகி அகத்தார்
நிலைக்கெளிதாம் நீர தரண். (5)

எல்லாப் பொருளும் உடைத்தாய் இடத்துதவும்
நல்லாள் உடைய தரண். (6)

முற்றியும் முற்றா தெறிந்தும் அறைப்படுத்தும்
பற்றற் கரிய தரண். (7)

முற்றாற்றி முற்றி யவரையும் பற்றாற்றிப்
பற்றியார் வெல்வ தரண். (8)

முனைமுகத்து மாற்றலர் சாய வினைமுகத்து
வீறெய்தி மாண்ட தரண். (9)

எனைமாட்சித் தாகியக் கண்ணும் வினைமாட்சி
இல்லார்கண் இல்ல தரண். (10)

CH. 75

On Fort

A fort is an object of importance to those who march (against their foes) as well as to those who, through fear (of pursuers), would seek it for shelter. 1

A fort is that which has ever-lasting water, plains, mountains and cool shady forests. 2

The learned say that a fortress is an enclosure having these four (qualities) viz., height, breadth, strength and inaccessibility. 3

A fort is that which has an extensive space within, but only small places to be guarded, and such as can destroy the courage of besieging foes. 4

A fort is that which cannot be captured, which abounds in suitable provisions, and affords a position of easy defence to its inmates. 5

A fort is that which has all (needful) things, and excellent heroes that can help it against destruction (by foes). 6

A fort is that which cannot be captured by blocking, assaulting, or undermining it. 7

That is a fort whose inmates are able to overcome, without losing their ground, even abler men who have besieged it. 8

A fort is that which derives excellence from the stratagems made (by its inmates) to defeat their enemies in the battle-field. 9

Although a fort may possess all (the abovesaid) excellences, it is, as it were without these, if its inmates possess not the excellence of action. 10

அதிகாரம் 76 பொருள் செயல்வகை

பொருளல் லவரைப் பொருளாகச் செய்யும்
பொருளல்ல தில்லை பொருள். (1)

இல்லாரை எல்லாரும் எள்ளுவர்; செல்வரை
எல்லாரும் செய்வர் சிறப்பு. (2)

பொருளென்னும் பொய்யா விளக்கம் இருளறுக்கும்
எண்ணிய தேயத்துச் சென்று. (3)

அறனீனும் இன்பமும் ஈனும் திறனறிந்து
தீதின்றி வந்த பொருள். (4)

அருளொடும் அன்பொடும் வாராப் பொருளாக்கம்
புல்லார் புரள விடல். (5)

உறுபொருளும் உல்கு பொருளும்தன் ஒன்னாத்
தெறுபொருளும் வேந்தன் பொருள். (6)

அருளென்னும் அன்பீன் குழவி பொருளென்னும்
செல்வச் செவிலியால் உண்டு. (7)

குன்றேறி யானைப்போர் கண்டற்றால் தன்கைத்தொன்(று)
உண்டாகச் செய்வான் வினை. (8)

செய்க பொருளைச் செறுநற் செருக்கறுக்கும்
எஃகதனின் கூறிய தில். (9)

ஒண்பொருள் காழ்ப்ப இயற்றியார்க் கெண்பொருள்
ஏனை இரண்டும் ஒருங்கு. (10)

CH. 76 On the Importance of Wealth

Besides wealth, there is nothing that can change people of no importance into those of (some) importance. 1

All despise the poor; (but) all praise the rich. 2

The imperishable light of wealth goes into regions desired (by its owner) and destroys the darkness (of enmity therein). 3

The wealth acquired with a knowledge of the proper means and without foul practices will yield virtue and happiness. 4

Kings should rather avoid than seek the accumulation of wealth which does not flow in with mercy and love. 5

Unclaimed wealth, wealth acquired by taxes, and wealth (got) by conquest of foes are (all) the wealth of the king. 6

The child mercy which is borne by love grows under the care of the rich nurse of wealth. 7

An undertaking of one who has the wealth in one's hands is like viewing an elephant-fight from a hill-top. 8

Accumulate wealth; it will destroy the arrogance of (your) foes: there is no weapon sharper than it. 9

To those who have honestly acquired an abundance of riches, the other two, (virtue and pleasure), are things easy (of acquisition). 10

அதிகாரம் 77 படை மாட்சி

உறுப்பமைந் தூறஞ்சா வெல்படை வேந்தன்
வெறுக்கையுள் எல்லாம் தலை. (1)

உலைவிடத் தூறஞ்சா வன்கண் தொலைவிடத்துத்
தொல்படைக் கல்லால் அரிது. (2)

ஒலித்தக்கால் என்னாம் உவரி எலிப்பகை
நாகம் உயிர்ப்பக் கெடும். (3)

அழிவின் றறைபோகா தாகி வழிவந்த
வன்க ணதுவே படை. (4)

கூற்றுடன்று மேல்வரினும் கூடி எதிர்நிற்கும்
ஆற்ற லதுவே படை. (5)

மறமானம் மாண்ட வழிச்செலவு தேற்றம்
எனநான்கே ஏமம் படைக்கு. (6)

தார்தாங்கிச் செல்வது தானை தலைவந்த
போர்தாங்கும் தன்மை அறிந்து. (7)

அடற்றகையும் ஆற்றலும் இல்எனினும் தானை
படைத்தகையால் பாடு பெறும். (8)

சிறுமையும் செல்லாத் துனியும் வறுமையும்
இல்லாயின் வெல்லும் படை. (9)

நிலைமக்கள் சால உடைத்தெனினும் தானை
தலைமக்கள் இல்வழி இல். (10)

CH. 77 The Characteristics of A Good Army

The army which is complete in (its) parts and conquers without fear of wounds is the chief wealth of the king. 1

Ancient army can alone have the valour which makes it stand by its king at the time of defeat, fearless of wounds and unmindful of its reduced strength. 2

What if (a host of) hostile rats roar like the sea? They will perish at the mere breath of the cobra. 3

That indeed is an army which has stood firm of old without suffering destruction of deserting (to the enemy). 4

That indeed is an army which is capable of offering a united resistance, even if Yama advances against it with fury. 5

Valour, honour, following in the excellent footsteps (of its predecessors) and trustworthiness, these four alone constitute the safeguard of an army. 6

That is an army which knowing the art of warding off an impending struggle can bear against the dust-van (of a hostile force). 7

Though destitute of courage to fight and strength (to endure), an army may yet gain renown by the splendour of its appearance. 8

An army can triumph (over its foes) if it is free from domination, irremediable aversion and poverty. 9

Though an army may contain a large number of permanent soldiers, it cannot last if it has no generals. 10

அதிகாரம் 78 படைச் செருக்கு

என்னைமுன் நில்லன்மின் தெவ்வீர்! பலரென்னை
முன்னின்று கல்நின் றவர். (1)

கான முயலெய்த அம்பினில் யானை
பிழைத்தவேல் ஏந்தல் இனிது. (2)

பேராண்மை என்ப தறுகணொான் றுற்றக்கால்
ஊராண்மை மற்றதன் எஃகு. (3)

கைவேல் களிற்றொடு போக்கி வருபவன்
மெய்வேல் பறியா நகும். (4)

விழித்தகண் வேல்கொண் டெறியஅழித்திமைப்பின்
ஓட்டன்றோ வன்க ணவர்க்கு? (5)

விழுப்புண் படாதநாள் எல்லாம் வழுக்கினுள்
வைக்கும்தன் நாளை எடுத்து. (6)

சுழலும் இசைவேண்டி வேண்டா உயிரார்
கழல்யாப்புக் காரிகை நீர்த்து. (7)

உறினுயிர் அஞ்சா மறவர் இறைவன்
செறினும்சீர் குன்றல் இலர். (8)

இழைத்த திகவாமைச் சாவாரை யாரே
பிழைத்த தொறுக்கிற் பவர்? (9)

புரந்தார்கண் நீர்மல்கச் சாகி றிபின் சாக்கா(டு)
இரந்துகோட் டக்க துடைத்து. (10)

CH. 78 On Warrior

O my foes, stand not before my leader; (for) many are those who did so but afterwards stood (in the shape of) statues. 1

It is more pleasant to hold the dart that has missed an elephant than that which has hit a deer in the forest. 2

The learned say that fierceness (in contest with a foe) is indeed great valour; but to become a benefactor in case of accident (to a foe) is the extreme (limit)of that valour. 3

The hero who, after casting the lance in his hand on an elephant, comes (in search of another) will pluck the one (that sticks) in his body and laugh (exultingly). 4

Is it not a defeat to the valiant to wink and destroy their ferocious looks when a lance is cast at them (by their foe)? 5

The hero will reckon among wasted days all those on which he had not received severe wounds. 6

The fastening of ankle-ring by those who desire a world-wide renown and not (the safety of) their lives is like adorning (themselves.). 7

The heroes who are not afraid of losing their life in a contest will not cool their ardour, even if the king prohibits (their fighting). 8

Who would reproach with failure those who seal their oath with their dealth? 9

If (heroes) can so die as to fill with tears the eyes of their rulers, such a death deserves to be obtained even by begging. 10

அதிகாரம் 79 நட்பு

செயற்கரிய யாவுள நட்பின்? அதுபோல்
வினைக்கரிய யாவுள காப்பு? (1)

நிறைநீர நீரவர் கேண்மை பிறைமதிப்
பின்னீர பேதையார் நட்பு. (2)

நவில்தொறும் நூல்நயம் போலும் பயில்தொறும்
பண்புடை யாளர் தொடர்பு. (3)

நகுதற் பொருட்டன்று நட்டல்; மிகுதிக்கண்
மேற்சென் றிடித்தற் பொருட்டு. (4)

புணர்ச்சி பழகுதல் வேண்டா; உணர்ச்சிதான்
நட்பாம் கிழமை தரும். (5)

முகநக நட்பது நட்பன்று; நெஞ்சத்து
அகநக நட்பது நட்பு. (6)

அழிவி னவைநீக்கி ஆறுய்த் தழிவின்கண்
அல்லல் உழப்பதாம் நட்பு. (7)

உடுக்கை இழந்தவன் கைபோல ஆங்கே
இடுக்கண் களைவதாம் நட்பு. (8)

நட்பிற்கு வீற்றிருக்கை யாதெனின் கொட்பின்றி
ஒல்லும்வாய் ஊன்று நிலை. (9)

இனையர் இவரெமக் கின்னம்யாம் என்று
புனையினும் புல்லென்னும் நட்பு. (10)

CH. 79 On Friendship

What things are there so difficult to acquire as friendship? What guards are there so difficult to break through by the efforts of one's foes? 1

The friendship of the wise waxes like the new moon; (but) that of fools wanes like the full moon. 2

Like learning, the friendship of the noble, the more it is cultivated, the more delightful does it become. 3

Friendship is to be practised not for the purpose of laughing but for that of being beforehand in giving one another sharp rebukes in case of transgression. 4

Living together and holding frequent intercourse are not necessary (for friendship); mutual understanding can alone create a claim for it. 5

The love that dwells (merely) in the smiles of the face is not friendship; (but) that which dwells deep in the smiles of the heart is true friendship. 6

(True) friendship turns aside from evil (ways), makes (him) walk in the (good) way, and, in case of loss, it shares his sorrow (with him). 7

(True) friendship hastens to the rescue of the afflicted (as readily) as the hand of one whose garment is loosened (before an assembly). 8

Friendship may be said to be on its throne when it possesses the power of supporting one at all times and under all circumstances, (in the practice of virtue and wealth). 9

Though friends may praise one another saying, "He is so intimate with us, and we so much (with him)," (still) such friendship will appear mean. 10

அதிகாரம் 80 நட்பு ஆராய்தல்

நாடாது நட்டலின் கேடில்லை; நட்டபின்
வீடில்லை நட்பாள் பவர்க்கு. (1)

ஆய்ந்தாய்ந்து கொள்ளாதான் கேண்மை கடைமுறை
தான்சாம் துயரம் தரும். (2)

குணனும் குடிமையும் குற்றமும் குன்றா
இனனும் அறிந்தியாக்க நட்பு. (3)

குடிப்பிறந்து தன்கண் பழிநாணு வானைக்
கொடுத்தும் கொளல்வேண்டும் நட்பு. (4)

அழச்சொல்லி அல்ல திடித்து வழக்கறிய
வல்லார்நட் பாய்ந்து கொளல். (5)

கேட்டினும் உண்டோர் உறுதி; கிளைஞரை
நீட்டி அளப்பதோர் கோல். (6)

ஊதியம் என்ப தொருவற்குப் பேதையார்
கேண்மை ஒரீஇ விடல். (7)

உள்ளற்க உள்ளம் சிறுகுவ; கொள்ளற்க
அல்லற்கண் ஆற்றறுப்பார் நட்பு. (8)

கெடுங்காலைக் கைவிடுவார் கேண்மை அடுங்காலை
உள்ளினும் உள்ளம் சுடும். (9)

மருவுக மாசற்றார் கேண்மைஒன் றீத்தும்
ஒருவுக ஒப்பிலார் நட்பு. (10)

CH.80 On the Choice of Friends

As those who are of a friendly nature will not forsake (a friend) after once loving (him), there is no evil so great as contracting a friendship without due inquiry. 1

The friendship contracted by him who has not made repeated inquiry will in the end grieve (him) to death. 2

Make friendship (with one) after ascertaining (his) character, birth, defects, and the whole of one's relations. 3

The friendship of one who belongs to a (good) family and is afraid of (being charged with) guilt is worth even purchasing. 4

You should examine and secure the friendship of those who can speak so as to make you weep over a crime (before its commission) or rebuke you severely (after you have done it) and are able to teach you the ways of the world. 5

Even in ruin there is some good; (for) it is a rod by which one may measure fully the affection of one's relations. 6

It is indeed a gain for one to renounce the friendship of fools. 7

Do not think of things that discourage your mind, nor contract friendship with those who would forsake you in adversity. 8

The very thought of the friendship of those who have deserted one at the approach of adversity will burn one's mind at the time of death. 9

Continue to enjoy the friendship of the pure; (but) renounce even with a gift the friendship of those who do not agree (with the world). 10

அதிகாரம் 81 பழைமை

பழைமை எனப்படுவ தியாதெனின் யாதும்
கிழமையைக் கீழ்ந்திடா நட்பு. (1)

நட்பிற்கு உறுப்புக் கெழுதகைமை; மற்றதற்(கு)
உப்பாதல் சான்றோர் கடன். (2)

பழகிய நட்பெவன் செய்யும் கெழுதகைமை
செய்தாங் கமையாக் கடை. (3)

விழைதகையான் வேண்டி யிருப்பர் கெழுதகையால்
கேளாது நட்டார் செயின். (4)

பேதைமை ஒன்றோ பெருங்கிழமை என்றுணர்க
நோதக்க நட்டார் செயின். (5)

எல்லைக்கண் நின்றார் துறவார் தொலைவிடத்தும்
தொல்லைக்கண் நின்றா தொடர்பு. (6)

அழிவந்த செய்யினும் அன்பறார் அன்பின்
வழிவந்த கேண்மை யவர். (7)

கேளிழுக்கம் கேளாக் கெழுதகைமை வல்லார்க்கு
நாளிழுக்கம் நட்டார் செயின். (8)

கெடாஅ வழிவந்த கேண்மையார் கேண்மை
விடாஅர் விழையும் உலகு. (9)

விழையார் விழையப் படுப பழையார்கண்
பண்பின் தலைப்பிரியா தார். (10)

CH.81 On Intimacy

Intimate friendship is that which cannot in the least be injured by (things done through the) right (of long-standing intimacy). 1

The constituents of friendship are (things done through) the right of intimacy; to be pleased with such a right is the duty of the wise. 2

Of what avail is long-standing friendship, if friends do not admit as their own, actions done through the right of intimacy? 3

If friends, through the right of friendship, do (anything) without being asked, the wise will be pleased with them on account of its desirability. 4

If friends should perform what is painful understand that it is owing not only to ignorance but also to the strong claims of intimacy. 5

Those who stand within the limits (of true friendship) will not even in adversity give up the intimacy of long-standing friends. 6

Those who have (long) stood in the path of affection will not give it up even if their friends cause (them) their ruin. 7

To thosewho understand that by which they should not listen to (tales about) the faults of their friends, that is a profitable day on which the latter may commit a fault. 8

They will be loved by the world, who have not forsaken the friendship of those with whom the have kept up an unbroken long, standing intimacy. 9

Even enemies will love those who have never changed in their affection to their long-standing friends. 10

அதிகாரம் 82 தீ நட்பு

பருகுவார் போலினும் பண்பிலார் கேண்மை
பெருகலின் குன்றல் இனிது. (1)

உறின்நட் டறினொரூஉம் ஒப்பிலார் கேண்மை
பெறினும் இழப்பினும் என்? (2)

உறுவது சீர்தூக்கும் நட்பும் பெறுவது
கொள்வாரும் கள்வரும் நேர். (3)

அமரகத் தாற்றறுக்கும் கல்லாமா அன்னார்
தமரின் தனிமை தலை. (4)

செய்தேமம் சாராச் சிறியவர் புன்கேண்மை
எய்தலின் எய்தாமை நன்று. (5)

பேதை பெருங்கெழீஇ நட்பின்; அறிவுடையார்
ஏதின்மை கோடி உறும். (6)

நகைவகைய ராகிய நட்பின் பகைவரால்
பத்தடுத்த கோடி உறும். (7)

ஒல்லும் கருமம் உடற்று பவர்கேண்மை
சொல்லாடார் சோர விடல். (8)

கனவினும் இன்னாது மன்னோ வினைவேறு
சொல்வேறு பட்டார் தொடர்பு. (9)

எனைத்தும் குறுகுதல் ஓம்பல் மனைக்கெழீஇ
மன்றில் பழிப்பார் தொடர்பு. (10)

CH.82 On Evil Friendship

The decrease of friendship with those who look as if they would eat you up (through excess of love) while they are really destitute of goodness is far better than its increase. 1

Of what avail is it to get or lose the friendship of those who love when there is gain and leave when there is none? 2

Friends who calculate the profits (of their friendship), prostitutes who are bent on obtaining their gains, and thieves are (all) of the same character. 3

Solitude is more to be desired than the society of those who resemble the untrained horses which throw down (their riders) in the fields of battle. 4

It is far better to avoid than to contract the evil friendship of the base who cannot protect (their friends) even when appointed to do so. 5

The hatred of the wise is ten-million times more profitable than the excessive intimacy of the fool. 6

What comes from enemies is a hundred million times more profitable than what comes from the frienship of those who cause only laughter. 7

Gradually abandon without revealing (beforehand) the friendship of those who pretend inability to carry out what they really could do. 8

The friendship of those whose actions do not agree with their words will distress (one) even in (one's) dreams. 9

Avoid even the least approach to a contraction of friendship with those who would love you in private but ridicule you in public. 10

அதிகாரம் 83 கூடா நட்பு

சீரிடம் காணின் எறிதற்குப் பட்டடை
நேரா நிரந்தவர் நட்பு. (1)

இனம்போன் றினமல்லார் கேண்மை மகளிர்
மனம்போல வேறு படும். (2)

பலநல்ல கற்றக் கடைத்தும் மனநல்லர்
ஆகுதல் மாணார்க் கரிது. (3)

முகத்தின் இனிய நகாஅ அகத்தின்னா
வஞ்சரை அஞ்சப் படும். (4)

மனத்தின் அமையா தவரை எனைத்தொன்றும்
சொல்லினால் தேறற்பாற் றன்று. (5)

நட்டார்போல் நல்லவை சொல்லினும் ஒட்டார்சொல்
ஒல்லை உணரப் படும். (6)

சொல்வணக்கம் ஒன்னார்கண் கொள்ளற்க வில்வணக்கம்
தீங்கு குறித்தமை யான். (7)

தொழுதகை யுள்ளும் படையொடுங்கும்; ஒன்னார்
அழுதகண் ணீரும் அனைத்து. (8)

மிகச்செய்து தம்எள்ளு வாரை நகச்செய்து
நட்பினுள் சாப்புல்லற் பாற்று. (9)

பகைநட்பாம் காலம் வருங்கால் முகம்நட்(டு)
அகநட் பொரீஇ விடல். (10)

CH.83 On False Friendship

The friendship of those who behave like friends without inward affection is a weapon that may be thrown when a favourable opportunity presents itself. 1

The friendship of those who seem to be friends while they are not, will change like the love of women. 2

Though (one's) enemies may have mastered many good books, it will be impossible for them to become truly loving at heart. 3

One should fear the deceitful who smile sweetly with their face but never love with their heart. 4

In nothing whatever is it proper to rely on the words of those who do not love with their heart. 5

Though (one's) foes may utter good things as though they were friends, one will at once understand their (evil) import. 6

Since the bending of the bow be speaks evil, one should not accept (as good) the humiliating speeches of one's foes. 7

A weapon may be hid in the very hands with which (one's) foes adore (him); and the tears they shed are of the same nature. 8

It is the duty of kings to affect great love but make it die (inwardly), as regard those foes who shew them great friendship but despise them (in their heart). 9

When one's foes begin to affect friendship, one should love them with one's looks, and cherishing no love in the heart give up (even the former). 10

அதிகாரம் 84 பேதைமை

பேதைமை என்பதொன்றி யாதெனின் ஏதங்கொண்(டு)
ஊதியம் போக விடல். (1)

பேதைமையுள் எல்லாம் பேதைமை காதன்மை
கையல்ல தன்கண் செயல். (2)

நாணாமை நாடாமை நாரின்மை யாதொன்றும்
பேணாமை பேதை தொழில். (3)

ஓதி உணர்ந்தும் பிறர்க்குரைத்தும் தான்அடங்காப்
பேதையின் பேதையார் இல். (4)

ஒருமைச் செயலாற்றும் பேதை எழுமையும்
தான்புக் கழுந்தும் அளறு. (5)

பொய்படும் ஒன்றோ புனைபூணும் கையறியாப்
பேதை வினைமேற் கொளின். (6)

ஏதிலார் ஆரத் தமர்பசிப்பர் பேதை
பெருஞ்செல்வம் உற்றக் கடை. (7)

மையல் ஒருவன் களித்தற்றால் பேதைதன்
கையொன் றுடைமை பெறின். (8)

பெரிதினிது பேதையார் கேண்மை பிரிவின்கண்
பீழை தருவதொன் றில். (9)

கழாஅக்கால் பள்ளியுள் வைத்தற்றால் சான்றோர்
குழாஅத்துப் பேதை புகல். (10)

CH. 84 On Folly

Folly is one (of the chief defects);it is that which (makes one) incur loss and forego gain. 1

The greatest folly is that which leads one to take delight in doing what is forbidden. 2

Shamelessness, indifference (to what must be sought after), harshness, and aversion for every thing (that ought to be desired) are the qualities of the fool. 3

There are no greater fools than he who, though he has read and understood (a great deal) and even taught it to others, does not walk according to his own teaching. 4

A fool can procure in a single birth a hell into which he may enter and suffer through all the seven births.5

If the fool, who knows not how to act undertakes a work, he will (certainly) fail, (but) is it all? He will even adorn himself with fetters. 6

If a fool happens to get an immense fortune, his neighbours will enjoy it while his relations starve. 7

A fool happening to possess something is like the intoxication of one who is (already) giddy. 8

The friendship between fools is exceedingly delightful (to each other); for at parting there will be nothing to cause them pain. 9

The appearance of a fool in an assembly of the learned is like placing (one's) unwashed feet on a bed. 10

அதிகாரம் 85 புல்லறிவு ஆண்மை

அறிவின்மை இன்மையுள் இன்மை; பிறிதின்மை
இன்மையா வையாது உலகு. (1)

அறிவிலான் நெஞ்சுவந் தீதல் பிறிதியாதும்
இல்லை பெறுவான் தவம். (2)

அறிவிலார் தாம்தம்மைப் பீழிக்கும் பீழை
செறுவார்க்கும் செய்தல் அரிது. (3)

வெண்மை எனப்படுவதி யாதெனின் ஒண்மை
உடையம்யாம் என்னும் செருக்கு. (4)

கல்லாத மேற்கொண்டு ஒழுகல் கசடற
வல்லதூஉம் ஐயம் தரும். (5)

அற்றம் மறைத்தலோ புல்லறிவு தம்வயின்
குற்றம் மறையா வழி. (6)

அருமறை சோரும் அறிவிலான் செய்யும்
பெருமிறை தானே தனக்கு. (7)

ஏவவும் செய்கலான் தான்தேறான் அவ்வுயிர்
போஒம் அளவும்ஓர் நோய். (8)

காணாதான் காட்டுவான் தான்காணான் காணாதான்
கண்டானாம் தான்கண்ட வாறு. (9)

உலகத்தார் உண்டென்ப தில்லென்பான் வையத்(து)
அலகையா வைக்கப் படும். (10)

CH.85 On Vanity

The want of wisdom is the greatest of all wants; but that of wealth the world will not regard as such. 1

(The cause of) a fool cheerfully giving (some thing) is nothing else but the receiver's merit (in a former birth). 2

The suffering that fools inflict upon themselves is hardly possible even to foes. 3

What is called want of wisdom is the vanity which says, "We are wise." 4

Fools pretending to know what has not been read (by them) will rouse suspicion even as to what they have thoroughly mastered. 5

Even to cover one's nakedness would be folly, if (one's) faults were net covered (by forsaking them). 6

The fool who neglects precious counsel does of his own accord, a great injury to himself. 7

The fool will not perform (his duties) even when advised nor ascertain them himself; such a soul is a burden (to the earth) till it departs (from the body). 8

One who would teach a fool will (simply) betray his folly; and the fool would (still) think himself wise in his own conceit. 9

He who denies the existence of what the world believes in will be regarded as a demon on earth. 10

அதிகாரம் 86 இகல்

இகலென்ப எல்லா உயிர்க்கும் பகலென்னும்
பண்பின்மை பாரிக்கும் நோய். (1)

பகல்கருதிப் பற்றா செயினும் இகல்கருதி
இன்னாசெய் யாமை தலை. (2)

இகலென்னும் எவ்வநோய் நீக்கின் தவல் இ ல்லாத்
தாவில் விளக்கம் தரும். (3)

இன்பத்துள் இன்பம் பயக்கும் இகல்என்னும்
துன்பத்துள் துன்பம் கெடின். (4)

இகலெதிர் சாய்ந்தொழுக வல்லாரை யாரே
மிகலூக்கும் தன்மை யவர். (5)

இகலின் மிகலினி தென்பவன் வாழ்க்கை
தவலும் கெடலும் நணித்து. (6)

மிகல்மேவல் மெய்ப்பொருள் காணார் இகல்மேவல்
இன்னா அறிவி னவர். (7)

இகலிற் கெதிர்சாய்தல் ஆக்கம் அதனை
மிகலூக்கின் ஊக்குமாம் கேடு. (8)

இகல்காணான் ஆக்கம் வருங்கால் அதனை
மிகல்காணும் கேடு தரற்கு. (9)

இகலானாம் இன்னாத எல்லாம்; நகலானாம்
நன்னயம் என்னும் செருக்கு. (10)

CH.86 On Hatred

The disease which fosters the evil of disunion among all creatures is termed hatred by the wise. 1

Though disagreeable things may be done from (a feeling of) disunion, it is far better that nothing painful be done from (that of) hatred. 2

To rid one-self of the distressing disease of hatred will bestow (on one) a never decreasing imperishable fame. 3

If hatred which is the greatest misery is destroyed, it will yield the greatest delight. 4

Who indeed would think of conquering those who naturally shrink back from hatred? 5

Failure and ruin are not far from him who says it is sweet to excel in hatred. 6

Those whose judgment brings misery through its connection with hatred cannot understand the triumphant nature of truth. 7

Shrinking back from hatred will yield wealth; indulging in its increase will haten ruin. 8

At the approach of wealth one will not think of hatred; (but) to secure one's ruin, one will look to its increase. 9

All calamities are caused by hatred; but by the delight (of friendship) is caused the great wealth of good virtues. 10

அதிகாரம் 87 — பகை மாட்சி

வலியார்க்கு மாறேற்றல் ஓம்புக; ஓம்பா
மெலியார்மேல் மேக பகை. (1)

அன்பிலன் ஆன்ற துணை இலன் தான்துவ்வான்
என்பரியும் ஏதிலான் துப்பு. (2)

அஞ்சும் அறியான் அமைவிலன் ஈகலான்
தஞ்சம் எளியன் பகைக்கு. (3)

நீங்கான் வெகுளி நிறையிலன் எஞ்ஞான்றும்
யாங்காணும் யார்க்கும் எளிது. (4)

வழிநோக்கான் வாய்ப்பன செய்யான் பழிநோக்கான்
பண்பிலன் பற்றார்க் கினிது. (5)

காணாச் சினத்தான் கழிபெருங் காமத்தான்
பேணாமை பேணப் படும். (6)

கொடுத்தும் கொளல்வேண்டும் மன்ற அடுத்திருந்து
மாணாத செய்வான் பகை. (7)

குணனிலனாய்க் குற்றம் பலவாயின் மாற்றார்க்கு
இனனிலனாம் ஏமாப் புடைத்து. (8)

செறுவார்க்குச் சேணிகவா இன்பம் அறிவிலா
அஞ்சும் பகைவர்ப் பெறின். (9)

கல்லான் வெகுளும் சிறுபொருள் எஞ்ஞான்றும்
ஒல்லானை ஒல்லா தொளி. (10)

CH.87 On the Characteristics of Enemies

Avoid offering resistance to the strong; (but) never fail to cherish enmity towards the weak. 1

How can he who is unloving, destitute of powerful aids, and himself without strength, overcome the might of his foe? 2

In the estimation of foes miserably weak is he, who is timid, ignorant, unsociable and niggardly. 3

He who neither refrains from anger nor keeps his secrets will at all times and in all places be easily conquered by all. 4

(A) pleasing (object) to his foes is he who reads not moral works, does nothing that is enjoined by them, cares not for reproach and is not possessed of good qualities. 5

Highly to be desired is the hatred of him whose anger is blind, and whose lust increases beyond measure. 6

It is indeed necessary to obtain even by purchase the hatred of him who having begun (a work) does what is not conducive (to its accomplishment). 7

He will become friendless who is without (any good) qualities, and whose faults are many: (such a character) is a help to (his) foes. 8

There will be no end of lofty delights to the victorious, if their foes are (both) ignorant and timid. 9

The light (of fame) will never be gained by him who gains not the trifling reputation of having fought an unlearned (foe). 10

அதிகாரம் 88 பகைத் திறம் தெரிதல்

பகைஎன்னும் பண்பி லதனை ஒருவன்
நகையேயும் வேண்டற்பாற் றன்று. (1)

வில்லேர் உழவர் பகைகொளினும் கொள்ளற்க
சொல்லேர் உழவர் பகை. (2)

ஏமுற் றவரினும் ஏழை தமியனாய்ப்
பல்லார் பகைகொள் பவன். (3)

பகைநட்பாக் கொண்டொழுகும் பண்புடையாளன்
தகைமைக்கண் தங்கிற் றுலகு. (4)

தன்துணை இன்றால் பகைஇரண்டால் தா னொருவன்
இன்துணையாக் கொள்கவற்றின் ஒன்று. (5)

தேறினும் தேறா விடினும் அழிவின்கண்
தேறான் பகாஅன் விடல். (6)

நோவற்க நொந்த தறியார்க்கு மேவற்க
மென்மை பகைவர் அகத்து. (7)

வகைஅறிந்து தன்செய்து தன்காப்ப மாயும்
பகைவர்கண் பட்ட செருக்கு. (8)

இளைதாக முள்மரம் கொல்க; களையுநர்
கைகொல்லும் காழ்த்த இடத்து. (9)

உயிர்ப்ப உளரல்லர் மன்ற செயிர்ப்பவர்
செம்மல் சிதைக்கலா தார். (10)

CH.88 On Enmity

The evil of hatred is not of a nature to be desired by one even in sport. 1

Though you may incur the hatred of warriors whose ploughs are bows, incur not that of ministers whose ploughs are words. 2

He who, being alone, incurs the hatred of many is more infatuated than even a mad man. 3

The world abides in the greatness of that good-natured man who behaves so to turn hatred into friendship. 4

He who is alone and helpless while his foes are two should secure one of them as an agreeable help (to himself). 5

Though (one's foe is) aware or not of one's misfortune, one should act so as neither to join or separate (from him). 6

Relate not your suffering even to friends who are ignorant of it, nor refer to your weakness in the presence of your foes. 7

The joy of one's foes will be destroyed if one guards oneself by knowing the way (of acting) and securing assistance. 8

A thorny tree should be felted while young, (for) when it is grown it will destroy the hand of the feller. 9

Those who do not destroy the pride of those who hate (them) will certainly not exist even to breathe. 10

அதிகாரம் 89 உட்பகை

நிழல்நீரும் இன்னாத இன்னா தமர்நீரும்
இன்னாவாம் இன்னா செயின். (1)

வாள்போல் பகைவரை அஞ்சற்க; அஞ்சுக
கேள்போல் பகைவர் தொடர்பு. (2)

உட்பகை அஞ்சித்தன் காக்க உலைவிடத்து
மட்பகையின் மாணத் தெறும். (3)

மனம்மாணா உட்பகை தோன்றின் இனம்மாணா
ஏதம் பலவும் தரும். (4)

உறல்முறையான் உட்பகை தோன்றின் இறல்முறையான்
ஏதம் பலவும் தரும். (5)

ஒன்றாமை ஒன்றியார் கட்படின் எஞ்ஞான்றும்
பொன்றாமை ஒன்றல் அரிது. (6)

செப்பின் புணர்ச்சிபோல் கூடினும் கூடாதே
உட்பகை உற்ற குடி. (7)

அரம்பொருத பொன்போலத் தேயும் உரம்பொருது
உட்பகை உற்ற குடி. (8)

எட்பக வன்ன சிறுமைத்தே யாயினும்
உட்பகை உள்ளதாம் கேடு. (9)

உடம்பா டிலாதவர் வாழ்க்கை குடங்கருள்
பாம்போ டுடனுறைந் தற்று. (10)

CH.89 On Internal Hatred

Shade and water are not pleasant, (if) they cause disease; so are the qualities of (one's) relations not agreeable, (if) they cause pain. 1

Fear not foes (who say they would cut)like a sword; but fear the friendship of foes (who seemingly act)like relations. 2

Fear internal enmity and guard yourself; if not, it will destroy (you) in an evil hour, as surely as the tool which cuts the potter's clay. 3

The secret enmity of a person whose mind is unreformed will lead to many evils causing disaffection among (one's) relations. 4

If there appears internal hatred in a (king's) family, it will lead to many a fatal crime. 5

If hatred arises among (one's) own people, it will be hardly possible (for one) to escape death. 6

Never indeed will a family subject to internal hatred unite (really) though it may present an apparent union like that of a casket and its lid. 7

A family subject to internal hatred will wear out and lose its strength like iron that has been filed away. 8

Although internal hatred be as small as the fragment of the sesamum (seed), still does destruction dwell in it. 9

Living with those who do not agree (with one) is like dwelling with a cobra in the same hut. 10

அதிகாரம் 90 பெரியாரைப் பிழையாமை

ஆற்றுவார் ஆற்றல் இகழாமை போற்றுவார்
போற்றலுள் எல்லாம் தலை. (1)

பெரியாரைப் பேணா தொழுகின் பெரியாரால்
பேரா இடும்பை தரும். (2)

கெடல்வேண்டின் கேளாது செய்க; அடல்வேண்டின்
ஆற்று பவர்கண் இழுக்கு. (3)

கூற்றத்தைக் கையால் விளித்தற்றால் ஆற்றுவார்க்(கு)
ஆற்றாதார் இன்னா செயல். (4)

யாண்டுச்சென் றியாண்டும் உளராகார் வெந்துப்பின்
வேந்து செறப்பட் டவர். (5)

எரியாற் சுடப்படினும் உய்வுண்டாம் உய்யார்
பெரியார்ப் பிழைத்தொழுகு வார். (6)

வகைமாண்ட வாழ்க்கையும் வான்பொருளும் என்னாம்
தகைமாண்ட தக்கார் செறின். (7)

குன்றன் னார்குன்ற மதிப்பின் குடியொடு
நின்றன்னார் மாய்வர் நிலத்து. (8)

ஏந்திய கொள்கையார் சீரின் இடைமுரிந்து
வேந்தனும் வேந்து கெடும். (9)

இறந்தமைந்த சார்புடையர் ஆயினும் உய்யார்
சிறந்தமைந்த சீரார் செறின். (10)

CH.90 On Disrespect to the Great

Not to disregard the power of those who can carry out their wishes is more important than all the watchfulness of those who guard (themselves) against evil. 1

To behave without respect for the great (rulers) will make them do (us) irremediable evils. 2

If a person desires ruin, let him not listen to the righteous dictates of law, but commit crimes against those who are able to slay (other sovereigns). 3

The weak doing evil to the strong is like backoning Yama to come (and destroy them). 4

Those who have incurred the wrath of cruel and mighty potentate will not prosper wherever they may go. 5

Though burnt by a fire (from a forest), one may perhaps live; (but) never will he live who has shown disrespect to the great (devotees). 6

If a king incurs the wrath of the righteous great, what will become of his government with its splendid auxiliaries and (all) its untold wealth? 7

If the hill-like devotees resolve on destruction, these who seem to be everlasting will be destroyed root and branch from the earth. 8

If those of exalted vows burst in a rage, even (Indra) the king will suffer a sudden loss and be entirely ruined. 9

Though in possession of numerous auxiliries, they will perish who are exposed to the wrath of the noble whose penance is boundless. 10

அதிகாரம் 91 பெண்வழிச் சேறல்

மனைவிழைவார் மாண்பயன் எய்தார்; வினைவிழைவார்
வேண்டாப் பொருளும் அது. (1)

பேணாது பெண்விழைவான் ஆக்கம் பெரியதோர்
நாணாக நாணுத் தரும். (2)

இல்லாள்கண் தாழ்ந்த இயல்பின்மை எஞ்ஞான்றும்
நல்லாருள் நாணுத் தரும். (3)

மனையாளை அஞ்சும் மறுமைஇ லாளன்
வினையாண்மை வீறெய்தல் இன்று. (4)

இல்லாளை அஞ்சுவான் அஞ்சுமற் றெஞ்ஞான்றும்
நல்லார்க்கு நல்ல செயல். (5)

இமையாரின் வாழினும் பாடிலரே இல்லாள்
அமையார்தோள் அஞ்சு பவர். (6)

பெண்ஏவல் செய்தொழுகும் ஆண்மையினும் நாணுடைப்
பெண்ணே பெருமை உடைத்து. (7)

நட்டார் குறைமுடியார் நன்றற்றார் நன்னுதலாள்
பெட்டாங் கொழுகு பவர். (8)

அறவினையும் ஆன்ற பொருளும் பிறவினையும்
பெண்ணேவல் செய்வார்கண் இல். (9)

எண்சேர்ந்த நெஞ்சத் திடனுடையார்க் கெஞ்ஞான்றும்
பெண்சேர்ந்தாம் பேதைமை இல். (10)

CH.91 On Submission to Wife Rule

Those who lust after their wives will not attain the excellence of virtue; and it is just this that is not desired by those who are bent on-acquiring wealth. 1

The wealth of him who, regardless (of his manliness), devotes himself to his wife's feminine nature will cause great shame (to all men) and to himself. 2

The frailty that stoops to a wife will always make (her husband) feel ashamed among the good. 3

The undertaking of one, who fears his wife and is therefore destitute of bliss, will never be applauded. 4

He that fears has wife will always be afraid of doing good deeds (even) to the good. 5

They that fear the bamboo-like shoulders of their wives will be destitute of manliness, though they may flourish like the gods. 6

Even shame-faced womanhood is more to be esteemed than the shameless manhood that performs the behests of a wife. 7

Those who yield to the wishes of their wives will neither relieve the wants of (their) friends nor perform virtuous deeds. 8

From these who obey the commands of their wives are to be expected neither deeds of virtue, nor those of wealth, nor (even) those of pleasure. 9

The foolishness that results from devotion to a wife will never be found in those who possess a reflecting mind and a prosperity (flowing) therefrom. 10

அதிகாரம் 92 வரைவின் மகளிர்

அன்பின் விழையார் பொருள்விழையும் ஆய்தொடியார்
இன்சொல் இழுக்குத் தரும். (1)

பயன்தூக்கிப் பண்புரைக்கும் பண்பில் மகளிர்
நயன்தூக்கி நள்ளா விடல். (2)

பொருட்பெண்டிர் பொய்ம்மை முயக்கம இருட்டறையில்
ஏதில் பிணந்தழீஇ யற்று. (3)

பொருட்பொருளார் புன்னலம் தோயார் அருட்பொருள்
ஆயும் அறிவி னவர். (4)

பொதுநலத்தார் புன்னலம் தோயார் மதிநலத்தின்
மாண்ட அறிவி னவர். (5)

தந்நலம் பாரிப்பார் தோயார் தகைசெருக்கிப்
புன்னலம் பாரிப்பார் தோள். (6)

நிறைநெஞ்சம் இல்லவர் தோய்வர் பிறநெஞ்சின்
பேணிப் புணர்பவர் தோள். (7)

ஆயும் அறிவினர் அல்லார்க் கணங்கென்ப
மாய மகளிர் முயக்கு. (8)

வரைவிலா மாணிழையார் மென்தோள் புரைஇலாப்
பூரியர்கள் ஆழும் அளறு. (9)

இருமனப் பெண்டிரும் கள்ளும் கவறும்
திருநீக்கப் பட்டார் தொடர்பு. (10)

CH. 92 **On Prostitutes**

The sheet words of elegant braceleted (prostitutes) who desire (a man) not from affection but from avarice, will cause sorrow. 1

One must ascertain the character of the ill-natured women who, after ascertaining the wealth (of a man), speak as (if they were) good natured-ones and avoid intercourse (with them). 2

The false embraces of wealth-loving women are like (hired men) embracing a strange corpse in a dark room. 3

The wise who seek the wealth of grace will not desire the base favours of those who regard wealth (and not pleasure) as (their) ricnes. 4

Those whose knowledge is made excellent by their (natural) sense will not covet the trifling delights of those whose favours are common (to all). 5

Those who would spread (the fame of) their own goodness will not desire the shoulders of those who rejoice in their accomplishments and bestow their despicable favours (on all who pay). 6

Those who are destitute of a perfectly reformed mind will covet the shoulders of those who embrace (them) while their hearts covet other things. 7

The wise say that to such as are destitute of discerning sense the embraces of faithless women are as ruinous as those of the devil. 8

The delicate shoulders of prostitutes with excellent jewels are a hell into which are plunged the ignorant base. 9

Treacherous women, liquor and gambling are the associates of such as have been forsaken by Fortune. 10

அதிகாரம் 93 கள்ளுண்ணாமை

உட்கப் படாஅர் ஒளியிழப்பர் எஞ்ஞான்றும்
கட்காதல் கொண்டொழுகு வார். (1)

உண்ணற்க கள்ளை; உணிலுண்க சான்றோரான்
எண்ணப் படவேண்டா தார். (2)

ஈன்றாள் முகத்தேயும் இன்னாதால் என்மற்றுச்
சான்றோர் முகத்துக் களி. (3)

நாணென்னும் நல்லாள் புறங்கொடுக்கும் கள்என்னும்
பேணாப் பெருங்குற்றத் தார்க்கு. (4)

கையறி யாமை உடைத்தேபொருள் கொடுத்து
மெய்யறி யாமை கொளல். (5)

துஞ்சினார் செத்தாரின் வேறல்லர்; எஞ்ஞான்னும்
நஞ்சுண்பார் கள்ளுண் பவர். (6)

உள்ளொற்றி உள்ளூர் நகப்படுவர் எஞ்ஞான்றும்
கள்ளொற்றிக் கண்சாய் பவர். (7)

களித்தறியேன் என்பது கைவிடுக நெஞ்சத்து
ஒளித்ததூஉம் ஆங்கே மிகும். (8)

களித்தானைக் காரணம் காட்டுதல் கீழ்நீர்க்
குளித்தானைத் தீத்துரீஇ யற்று. (9)

கள்ளுண்ணாப் போழ்தில் களித்தானைக் காணுங்கால்
உள்ளான்கொல் உண்டதன் சோர்வு. (10)

CH. 93 On Abstaining from Drink

Those who always thirst after drink will neither inspire fear (in others) nor retain the light (of their fame). 1

Let no liquor be drunk; if it is desired, let it be drunk by those who care not for esteem of the great. 2

Intoxication is painful even in the presence of (one's) mother; what will it not then be in that of the wise? 3

The fair maid of modesty will turn her back on those who are guilty of the great and abominable crime of drunkenness. 4

To give money and purchase unconsciousness is the result of one's ignorance (of one's own actions). 5

They that sleep resemble the dead; (likewise) they that drink are no other than poison-eaters. 6

Those who always intoxicate themselves in private (by indulgence in the dark) will have their secrets detected and laughed at by their fellow-townsmen. 7

Let the drunkard give up saying, "I have never drunk," (for) the moment (he drinks) he will simply betray his former attempt to conceal. 8

Reasoming with a drunkard is like going under water a torch in search of a drowned man. 9

When a drunkard who is sober sees one who is not, it looks as if he remembered not the evil effect of his (own) drink. 10

அதிகாரம் 94 சூது

வேண்டற்க வென்றிடினும் சூதினை வென்றதூஉம்
தூண்டில்பொன் மீன்விழுங்கி யற்று. (1)

ஒன்றெய்தி நூறிழக்கும் சூதர்க்கும் உண்டாங்கொல்
நன்றெய்தி வாழ்வதோ ராறு. (2)

உருளாயம் ஓவாது கூறின் பொருளாயம்
போஒய்ப் புறமே படும். (3)

சிறுமை பலசெய்து சீரழிக்கும் சூதின்
வறுமை தருவதொன் றில். (4)

கவறும் கழகமும் கையும் தருக்கி
இவறியார் இல்லாகி யார். (5)

அகடாரார் அல்லல் உழப்பர்சூ தென்னும்
முகடியான் மூடப்பட் டார். (6)

பழகிய செல்வமும் பண்பும் கெடுக்கும்
கழகத்துக் காலை புகின். (7)

பொருள்கெடுத்துப் பொய்மேற் கொளீஇ அருள்கெடுத்(து)
அல்லல் உழப்பிக்கும் சூது. (8)

உடைசெல்வம் ஊணொளி கல்விஎன் றைந்தும்
அடையாவாம் ஆயம் கொளின். (9)

இழத்தொறூஉம் காதலிக்கும் சூதேபோல் துன்பம்
உழத்தொறூஉம் காதற் றுயிர். (10)

CH.94 On Gambling

Though able to win, let not one desire gambling; for even what is won is like a fish swallowing the iron in a fish-hook. 1

Is there indeed a means of livelihood that can bestow happiness on gamblers who gain one and lose a hundred? 2

If the king is incessantly addicted to the rolling dice in the hope of gain, his wealth and the resources thereof will take their departure and fall into other's hands. 3

There is nothing else that brings (us) poverty like gambling which causes many a misery and destroys (one's) reputation. 4

Penniless are those who, by reason of their attachment, would never forsake gambling: the gambling place and the handling (of dice). 5

Those who are swallowed by the goddess (Mudevi) called 'gambling' will never have their hunger satisfied, but suffer the pangs of hell in the next world. 6

To waste time at the place of gambling will destroy inherited wealth and goodness of character. 7

Gambling destroys property, teaches, falsehood, puts an end to benevolence, and brings in misery (here and hereafter). 8

The habit of gambling prevents the attainment of these five: clothing, wealth, food, fame and learning. 9

As the gambler loves his vice the more he loses by it, so does the soul love (the body) the more it suffers through it. 10

அதிகாரம் 95 மருந்து

மிகினும் குறையினும் நோய்செய்யும் நூலோர்
வளிமுதலா எண்ணிய மூன்று. (1)

மருந்தென வேண்டாவாம் யாக்கைக் கருந்திய(து)
தற்றது போற்றி உணின். (2)

அற்றால் அளவறிந் துண்க; அஃதுடம்பு
பெற்றான் நெடிதுய்க்கு மாறு. (3)

அற்ற தறிந்து கடைப்பிடித்து மாறல்ல
துய்க்க துவரப் பசித்து. (4)

மாறுபா டில்லாத உண்டி மறுத்துண்ணின்
ஊறுபா டில்லை உயிர்க்கு. (5)

இழிவறிந் துண்பான்கண் இன்பம்போல் நிற்கும்
கழிபேர் இரையான்கண் நோய். (6)

தீயள வன்றித் தெரியான் பெரிதுண்ணின்
நோயள வின்றிப் படும். (7)

நோய்நாடி நோய் முதல்நாடி அதுதணிக்கும்
வாய்நாடி வாய்ப்பச் செயல். (8)

உற்றான் அளவும் பிணிஅளவும் காலமும்
கற்றான் கருதிச் செயல். (9)

உற்றவன் தீர்ப்பான் மருந்துழைச் செல்வானென்(று)
அப்பானால் கூற்றே மருந்து. (10)

அங்கவியல் முற்றிற்று

CH.95 On Moderate Eating

If food and work are either excessive or deficient, the three things enumerated by (medical) writers, flatulence, biliousness, and phlegm will cause (one) disease. 1

No medicine is necessary for him who eats after assuring (himself) that what he has (already) eaten has been digested 2

If (one's food has been) digested let one eat with moderation; (for) that is the way to prolong the life of an embodied souls. 3

(First) assure yourself that your food has been digested, and never fail to eat, when very hungry, whatever is not disagreeable (to you). 4

There will be no disaster to one's life if one eats with moderation, food that is not disagreeable. 5

As pleasure dwells with him who eats moderately, so disease (dwells) with the glutton who eats voraciously. 6

He will be afflicted with numberless diseases, who eats immoderately, ignorant (of the rules of health). 7

Let the physician enquire into the (nature of the) disease, its cause and its method of cure and treat it faithfully (according to medical rule). 8

The learned physician should ascertain the condition of his patient, the nature of his disease, and the season (of the year) and (then) proceed (with his treatment).9

Medical science consists of four parts viz., patient, physicians, medicine and compounder and each of these again contains four sub-divisions. 10

ஒழிபு இயல்

அதிகாரம் 96 குடிமை

இற்பிறந்தார் கண்ணல்ல தில்லை இயல்பாகச்
செப்பமும் நாணும் ஒருங்கு. (1)

ஒழுக்கமும் வாய்மையும் நாணுமிம் மூன்றும்
இழுக்கார் குடிப்பிறந் தார். (2)

நகைஈகை இன்சொல் இகழாமை நான்கும்
வகைஎன்ப வாய்மைக் குடிக்கு. (3)

அடுக்கிய கோடி பெறினும் குடிப்பிறந்தார்
குன்றுவ செய்தல் இலர். (4)

வழங்குவ துள்வீழ்ந்தக் கண்ணும் பழங்குடி
பண்பின் தலைப்பிரிதல் இன்று. (5)

சலம்பற்றிச் சால்பில செய்யார் மா சற்ற
குலம்பற்றி வாழ்துமென் பார். (6)

குடிப்பிறந்தார் கண்விளங்கும் குற்றம் விசும்பின்
மதிக்கண் மறுப்போல் உயர்ந்து. (7)

நலத்தின்கண் நாரின்மை தோன்றின் அவனைக்
குலத்தின்கண் ஐயப் படும். (8)

நிலத்தில் கிடந்தமை கால்காட்டும்; காட்டும்
குலத்தில் பிறந் தார்வாய்ச் சொல் (9)

நலம்வேண்டின் நாணுடைமை வேண்டும் ; குலம் வேண்டின்
வேண்டுக யார்க்கும் பணிவு. (10)

CH.96 On Good Birth

Consistency (of thought, word and deed) and fear (of sin) are conjointly natural only to the high-born. 1

The high-born will never deviate from these three good manners, truthfulness and modesty. 2

A cheerful countenance, liberality, pleasant words, and an unreviling deposition, these four are said to be the proper qualities of the truly high-born 3

Though blessed with immense wealth, the noble will never do anything unbecoming. 4

Though their means fall off, those born in ancient families will not lose their character (for liberality). 5

Those who seek to preserve the irreproachable honour of their families will not viciously do what is detrimental thereto. 6

The defects of the noble will be observed as clearly as the dark spots in the moon. 7

If one of a good family betrays want of affection, his descent from it will be called in question. 8

As the sprout indicates the nature of the soil, (so) the speech of the noble indicates (that of one's) birth. 9

He who desires a good name must desire modesty; and he who desires (the continuance of) family greatness must be submissive to all. 10

அதிகாரம் 97 மானம்

இன்றி அமையாச் சிறப்பின ஆயினும்
குன்ற வருப விடல். (1)

சீரினும் சீரல்ல செய்யாரே சீரொடு
பேராண்மை வேண்டு பவர். (2)

பெருக்கத்து வேண்டும் பணிதல்; சிறிய
சுருக்கத்து வேண்டும் உயர்வு. (3)

தலையின் இழிந்த மயிரனையர் மாந்தர்
நிலையின் இழிந்தக் கடை. (4)

குன்றின் அனையாரும் குன்றுவர் குன்றுவ
குன்றி அனைய செயின். (5)

புகழின்றால் புத்தேள்நாட் டுய்யாதால் என்மற்(று)
இகழ்வார்பின் சென்று நிலை? (6)

ஒட்டார்பின் சென்றொருவன் வாழ்தலி அந்நிலையே
கெட்டான் எனப்படுதல் நன்று. (7)

மருந்தோமற் றூனோம்பும் வாழ்க்கை பெருந்தகைமை
பீடழிய வந்த விடத்து. (8)

மயிர்நீப்பின் வாழாக் கவரிமா அன்னார்
உயிர்நீப்பர் மானம் வரின். (9)

இளிவரின் வாழாத மானம் உடையார்
ஒளிதொழு தேத்தும் உலகு. (10)

CH.97 On Self-respect

Actions that would degrade (one's) family should not be done, though; they may be so important that not doing them would end in death. 1

Those who desire (to maintain their) honour, will surely do nothing dishonourable, even for the sake of fame. 2

In great prosperity humility is becoming; dignity, in great adversity. 3

They who have fallen from their (high) position are like the hair which has fallen from the head. 4

Even those who (are exalted) like a hill will be thought low, if they commit deeds that are debasing. 5

Of what good is it (for the high-born) to go and stand in vain before those who revile him? It only brings him loss of honour and exclusion from heaven. 6

It is better for a man to be said of him that be died in his usual state than that he eked out his life by following those who disgraced him. 7

For the high-born to keep their body in life when their honour is gone will certainly not prove a remedy against death. 8

Those who give up (their) life when (their) honour is at stake are like the yak which kills itself at the loss of (even one of) its hairs. 9

The world will (always) praise and adore the fame of the honourable who would rather die than suffer indignity. 10

அதிகாரம் 98 பெருமை

ஒளிஒருவற் குள்ள வெறுக்கை; இனிஒருவற்கு
அஃதிறந்து வாழ்தும் எனல். (1)

பிறப்பொக்கும் எல்லா உயிர்க்கும்; சிறப்பொவ்வா
செய்தொழில் வேற்றுமை யான். (2)

மேலிருந்தும் மேலல்லார் மேலல்லர்; கீழிருந்தும்
கீழல்லார் கீழல் லவர். (3)

ஒருமை மகளிரே போலப் பெருமையும்
தன்னைத்தான் கொண்டொழுகின் உண்டு. (4)

பெருமை உடையவர் ஆற்றுவார் ஆற்றின்
அருமை உடைய செயல். (5)

சிறியார் உணர்ச்சியுள் இல்லை பெரியாரைப்
பேணிக்கொள் வேமென்னும் நோக்கு. (6)

இறப்பே புரிந்த தொழிற்றாம் சிறப்புந்தான்
சீரல் லவர்கண் படின். (7)

பணியுமாம் என்று பெருமை; சிறுமை
அணியுமாம் தன்னை வியந்து. (8)

பெருமை பெருமிதம் இன்மை; சிறுமை
பெருமிதம் ஊர்ந்து விடல். (9)

அற்றம் மறைக்கும் பெருமை; சிறுமைதான்
குற்றமே கூறி விடும். (10)

CH.98 On Greatness

One's light is the abundance of one's courage; one's darkness is the desire to live destitute of such (a state of mind). 1

All human beings agree as regards their birth but differ as regards their characteristics, because of the different qualities of their actions. 2

Though (raised) above, the base cannot become great; though (brought) low, the great cannot become base. 3

Even greatness, like a woman's chastity, belongs only to him who guards himself. 4

(Though reduced) the great will be able to perform, in the proper way, deeds difficult (for others to do). 5

It is never in the nature of the base to seek the society of the great and partake of their nature. 6

Even nobility of birth, wealth and learning if in (the possession of) the base, will (only) produce ever-increasing pride. 7

The great will always humble himself; but the mean will exalt himself in self-admiration. 8

Freedom from conceit is (the nature of true) greatness, (while) obstinacy therein is (that of) meanness. 9

The great hide faults of others; the base only divulge them. 10

அதிகாரம் 99 சான்றாண்மை

கடனென்ப நல்லவை யெல்லாம் கடனறிந்து
சான்றாண்மை மேற்கொள் பவர்க்கு. (1)

குணநலம் சான்றோர் நலனே; பிறநலம்
எந்நலத் துள்ளதூஉம் அன்று. (2)

அன்புநாண் ஒப்புரவு கண்ணோட்டம் வாய்மையோடு
ஐந்துசால் பூன்றிய தூண். (3)

கொல்ல நலத்தது நோன்மை; பிறர்தீமை
சொல்லா நலத்தது சால்பு. (4)

ஆற்றுவார் ஆற்றல் பணிதல்; அதுசான்றோர்
மாற்றாரை மாற்றும் படை. (5)

சால்பிற்குக் கட்டளை யாதெனின் தோல்வி
துலையல்லார் கண்ணும் கொளல். (6)

இன்னாசெய் தார்க்கும் இனியவே செய்யாக்கால்
என்ன பயத்ததோ சால்பு. (7)

இன்மை ஒருவற் கிளிவன்று சால்பென்னும்
கிண்மைஉண் டாகப் பெறின். (8)

ஊழி பெயரினும் தாம்பெயரார் சான்றாண்மைக்கு
ஆழி யெனப்படு வார். (9)

சான்றவர் சான்றாண்மை குன்றின் இருநிலந்தான்
தாங்காது மன்னோ பொறை. (10)

CH.99 On Goodness

It is said that those who are conscious of their duty and behave with perfect goodness will regard as natural all that is good. 1

The only delight of the perfect is that of their goodness; all other (sensual) delights are not to be included among (true) delights. 2

Affection, feat (of sin), benevolence, favour and truthfulness: these are the five pillars on which perfect goodness rests. 3

Penance consists in the goodness that kills not, and perfection in the goodness that tells not others' faults. 4

Stooping (to inferiors) is the strength of those who can accomplish (an undertaking); and that is the weapon with which the great avert their foes. 5

The touch-stone of perfection is to receive a defeat even at the hands of one's inferiors. 6

Of what avail is perfect goodness if it cannot do pleasing things even to those who have pained (it)? 7

Poverty is no disgrace to one who abounds in good qualities. 8

Those who are said to be the shore of the sea of perfection will never change, though ages may change. 9

If there is a defect in the character of the perfect, (even) the great world cannot bear (its) burden. 10

அதிகாரம் 100 பண்புடைமை

என்பதத்தால் எய்தல் எளிதென்ப யார்மட்டும்
பண்புடைமை என்னும் வழக்கு. (1)

அன்புடைமை ஆன்ற குடிப்பிறத்தல் இவ்விரண்டும்
பண்புடைமை என்னும் வழக்கு. (2)

உறுப்பொத்தல் மக்களொப் பன்றால் வெறுத்தக்க
பண்பொத்தல் ஒப்பதாம் ஒப்பு. (3)

நயனொடு நன்றி புரிந்த பயனுடையார்
பண்பு பாராட்டும் உலகு. (4)

நகையுள்ளும் இன்னாது இகழ்ச்சி பகையுள்ளும்
பண்புள பாடறிவார் மாட்டு. (5)

பண்புடையார்ப் பட்டுண் டுலகம் அதுஇன்றேல்
மண்புக்கு மாய்வது மன். (6)

அரம்போலும் கூர்மைய ரேனும் மரம்போல்வர்
மக்கட்பண் பில்லா தவர். (7)

நண்பாற்றா ராகி நயமில செய்வார்க்கும்
பண்பாற்றா ராதல் கடை. (8)

நகல்வல்லர் அல்லார்க்கு மாயிரு ஞாலம்
பகலும்பாற் பட்டன்று இருள். (9)

பண்பிலான் பெற்ற பெருஞ்செல்வம் நன்பால்
கலந்தீமை யால்திரிந்த தற்று. (10)

CH.100 On Courteousness

If one is easy of access to all, it will be easy for one to obtain the virtue called goodness. 1

Affectionateness and birth in a good family, these two constitute what is called a proper behaviour to all. 2

Resemblance of bodies is no resemblance of souls; true resemblance is the resemblance of qualities that attract. 3

The world applauds the character of those whose usefulness results from their equity and charity. 4

Reproach is painful to one even in sport; those (therefore) who know the nature of others exhibit (pleasing) qualities even when they are hated. 5

The (way of the) world subsists by contact with the good; if not, it would bury itself in the earth and perish. 6

He who is destitute of (true) human qualities (only) resembles a tree, though he may possess the sharpness of a file. 7

It is wrong (for the wise) not to exhibit (good) qualities even towards those who bearing no friendship (for them) do only what is hateful. 8

To those who cannot rejoice, the wide world is buried in darkness even in (broad) daylight. 9

The great wealth obtained by one who has no goodness will perish like pure milk spoilt by the impurity of the vessel. 10

அதிகாரம் 101 நன்றிஇல் செல்வம்

வைத்தான்வாய் சான்ற பெரும்பொருள் அஃதுண்ணான்
செத்தான் செயக்கிடந்த தில். (1)

பொருளானாம் எல்லாமென் றீயா திவறும்
மருளானாம் மாணாப் பிறப்பு. (2)

ஈட்டம் இவறி இசைவேண்டா ஆடவர்
தோற்றம் நிலக்குப் பொறை. (3)

எச்சமென் றென்னெண்ணும் கொல்லோ ஒருவரால்
நச்சப் படாஅ தவன்? (4)

கொடுப்பதூஉம் துய்ப்பதூஉம் இல்லார்க் கடுக்கிய
கோடியுண் டாயினும் இல். (5)

ஏதம் பெருஞ்செல்வம் தான்துவ்வான் தக்கார்க்கொன்(று)
ஈதல் இயல்பிலா தான். (6)

அற்றார்க் கொன் றாற்றாதான் செல்வம் மிகநலம்
பெற்றாள் தமியள்மூத் தற்று. (7)

நச்சப் படாதவன் செல்வம் நடுவூருள்
நச்சு மரம்பழுத் தற்று. (8)

அன்பொரீஇத் தற்செற் றறநோக்கா தீட்டிய
ஒண்பொருள் கொள்வார் பிறர். (9)

சீருடைச் செல்வர் சிறுதுனி மாரி
வறங்கூர்ந் தனைய துடைத்து. (10)

CH.101 On Niggardliness

He who does not enjoy the immense riches he has heaped up in his house, is (to be reckoned as) dead, (for) there is nothing achieved (by him). 1

He who knows that wealth yields every pleasure and yet is so blind as to lead a miserly life will be born a demon. 2

A burden to the earth are men bent on the acquisition of riches and not (true) fame. 3

What will the miser who is not liked (by any one), regard as his own (in the world to come)? 4

Those who neither give (to others) nor enjoy (their property) are (truly) destitute, though possessing immense riches. 5

He who enjoys not (his riches) nor relieves the wants of the worthy is a disease to his wealth. 6

The wealth of him who never bestows anything on the destitute is like a woman of beauty growing old without a husband. 7

The wealth of him who is disliked (by all) is like the fruit-bearing of the etty tree in the midst of a town. 8

Strangers will inherit the riches that have been acquired without regard for friendship, comfort and charity. 9

The short-lived poverty of those who are noble and rich is like the cloudfs becoming poor (for a while). 10

அதிகாரம் 102 நாண் உடைமை

கருமத்தால் நாணுதல் நாணுத் திருநுதல்
நல்லவர் நாணுப் பிற. (1)

ஊணுடை எச்சம் உயிர்க்கெல்லாம் வேறல்ல
நாணுடைமை மாந்தர் சிறப்பு. (2)

ஊனைக் குறித்த உயிரெல்லாம் நாணென்னும்
நன்மை குறித்தது சால்பு. (3)

அணியன்றோ நாணுடைமை சான்றோர்க் கஃதின்றேல்
பிணியன்றோ பீடு நடை? (4)

பிறர்பழியும் தம்பழியும் நாணுவார் நாணுக்(கு)
உறைபதி என்னும் உலகு. (5)

நாண்வேலி கொள்ளாது மன்னோ வியன்ஞாலம்
பேணலர் மேலா யவர். (6)

நாணால் உயிரைத் துறப்பர் உயிர்ப்பொருட்டால்
நாண்துறவார் நாணாள் பவர். (7)

பிறர்நாணத் தக்கது தானாணா னாயின்
அறம்நாணத் தக்க துடைத்து. (8)

குலம்சுடும் கொள்கை பிழைப்பின் நலம்சுடும்
நாணின்மை நின்றக் கடை. (9)

நாணகத் தில்லார் இயக்கம் மரப்பாவை
நாணால் உயிர்மருட்டி யற்று. (10)

CH.102 On Modesty

True modesty is the fear of (evil) deeds; all other modesty is (simply) the bashfulness of virtuous maids. 1

Food, clothing and the like are common to all men; but modesty is peculiar to the good. 2

As the body is the abode of the spirit, so the excellence of modesty is the abode of perfection. 3

Is not modesty the ornament of the noble? Without it, their haughtiness would be a pain (to others). 4

The world regards as the abode of modesty him who fears his own and other's guilt. 5

The great make modesty their barrier (of defence) and not the wide world. 6

The modest would rather lose their life for the sake of modesty than lose modesty for the sake of life. 7

Virtue is likely to forsake him who shamelessly does what others are ashamed of. 8

Want of manners injures one's family; but want of modesty injures one's character. 9

The actions of those who are without modesty heart are like those of a puppet moved by a string. 10

அதிகாரம் 103 குடிசெயல் வகை

கருமம் செயஒருவன் கைதூவேன் என்னும்
பெருமையில் பீடுடைய தில். (1)

ஆள்வினையும் ஆன்ற அறிவும் எனஇரண்டின்
நீள்வினையான் நீளும் குடி. (2)

குடிசெய்வல் என்னும் ஒருவற்குத் தெய்வம்
மடிதற்றுத் தான்முந் துறும். (3)

சூழாமல் தானே முடிவெய்தும் தன்குடியைத்
தாழா துஞற்று பவர்க்கு. (4)

குற்றம் இலனாய்க் குடிசெய்து வாழ்வானைச்
சுற்றமாச் சுற்றும் உலகு. (5)

நல்லாண்மை என்ப தொருவற்குத் தான்பிறந்த
இல்லாண்மை யாக்கிக் கொளல். (6)

அமரகத்து வன்கண்ணர் போலத் தமரகத்தும்
ஆற்றுவார் மேற்றே பொறை. (7)

குடிசெய்வார்க் கில்லை பருவம் மடிசெய்து
மானம் கருதக் கெடும். (8)

இடும்பைக்கே கொள்கலம் கொல்லோ குடும்பத்தைக்
குற்றம் மறைப்பான் உடம்பு? (9)

இடுக்கண்கால் கொன்றிட வீழும் அடுத்தூன்றும்
நல்லாள் இலாத குடி. (10)

CH.103 On Raising the Family

There is no higher greatness than that of one saying, 'I will not cease in my effort (to raise my family). 1

One's family is raised by untiring perseverance in both effort and wise contrivances. 2

The Deity will clothe itself and appear before him who resolves on raising his family. 3

Those who are prompt in their efforts (to better their family) need no deliberation; such efforts will of themselves succeed. 4

People will eagerly seek the friendship of the prosperous soul who has raised his family without foul means. 5

A man's true manliness consists in making himself the head and benefactor of his family. 6

Like heroes in the battle-field, the burden (of protection &c.) is borne by those who are the most efficient in a family. 7

As a family suffers by (one's) indolence and false dignity, there is to be no season (good or bad) to those who strive to raise their family. 8

Is it only to suffering that his body is exposed who undertakes to preserves his family from evil? 9

If there are none to prop up and maintain a family (in distress), it will fall at the stroke of the axe of misfortune. 10

அதிகாரம் 104 உழவு

சுழன்றும்ஏர்ப் பின்ன துலகம்; அதனால்
உழந்தும் உழவே தலை. (1)

உழுவார் உலகத்தார்க் காணி அஃ தாற்றா(து)
எழுவாரை எல்லாம் பொறுத்து. (2)

உழுதுண்டு வாழ்வாரே வாழ்வார்; மற் றெல்லாம்
தொழுதுண்டு பின்செல் பவர். (3)

பலகுடை நிழலும் தம்குடைக்கீழ்க் காண்பர்
அலகுஉடை நீழ லவர். (4)

இரவார் இரப்பார்க்கொன் றீவர் கரவாது
கைசெய்தூண் மாலை யவர். (5)

உழவினார் கைம்மடங்கின் இல்லை, 'விழைவதூஉம்
விட்டேமென்' பார்க்கு நிலை. (6)

தொடிப்புழுதி கஃசா உணக்கின் பிடித்தெருவும்
வேண்டாது சாலப் படும். (7)

ஏரினும் நன்றால் எருவிடுதல்; கட்டபின்
நீரினும் நன்றதன் காப்பு. (8)

செல்லான் கிழவன் இருப்பின் நலம்புலந்(து)
இல்லாளின் ஊடி விடும். (9)

இலமென் றசைஇ இருப்பாரைக் காணின்
நிலமென்னும் நல்லாள் நகும். (10)

CH.104 On Agriculture

Agriculture, though laborious, is the most excellent (form of labour); for people, though they go about (in search of various employments), have at last to resort to the farmer. 1

Agriculturists are (as it were) the inch-pin of the world, for they support all other workers who cannot till the soil. 2

They alone live who live by agriculture; all others a cringing, dependent life. 3

Patriotic farmers desire to bring all other states under the control of their own king. 4

Those whose nature is to live by manual labour will never beg but give something to those who beg. 5

If the farmer's hands are slackened, even the ascetic state will fail. 6

If the land is dried so as to reduce a handful of earth to a quarter, it will grow plentifully even without a handful of manure. 7

Manuring is better than ploughing; after weeding, watching is better than watering (it). 8

If the owner does not (personally) attend to his cultivation, his land will behave like an angry wife and yield him no pleasure. 9

The maiden, Earth, will laugh at the sight of those who plead poverty and lead an idle life. 10

அதிகாரம் 105 நல்குரவு

இன்மையின் இன்னாத தி யாதெனின் இன்மையின்
இன்மையே இன்னாதது. (1)

இன்மை எனஒரு பாவி மறுமையும்
இம்மையும் இன்றி வரும். (2)

தொல்வரவும் தோலும் கெடுக்கும் தொகையாக
நல்குர வென்னும் நசை. (3)

இற்பிறந்தார் கண்ணேயும் இன்மை இனிவந்த
சொற்பிறக்கும் சோர்வு தரும். (4)

நல்குரவென்னும் இடும்பையுள் பல்குறைத்
துன்பங்கள் சென்று படும். (5)

நற்பொருள் நன்குணர்ந்து சொல்லினும் நல்கூர்ந்தார்
சொற்பொருள் சோர்வு படும். (6)

அறஞ்சாரா நல்குர வீன்றதா யானும்
பிறன்போல நோக்கப் படும். (7)

இன்றும் வருவது கொல்லோ நெருநலும்
கொன்றது போலும் நிரப்பு. (8)

நெருப்பினுள் துஞ்சலும் ஆகும்; நிரப்பினுள்
யாதொன்றும் கண்பா டரிது. (9)

துப்புர வில்லார் துவரத் துறவாமை
உப்பிற்கும் காடிக்கும் கூற்று. (10)

CH.105 On Poverty

There is nothing that afflicts (one) like poverty. 1

When cruel poverty comes on, it deprives one of both the present and the future (bliss). 2

Hankering poverty destroys at once the greatness of (one's) ancient descent and (the dignity of one's) speech. 3

Even in those of high birth, poverty will produce the fault of uttering mean words. 4

The misery of poverty brings in its train many (more) miseries. 5

The words of the poor are profitless, though they may be sound in thought and clear in expression. 6

He that is reduced to absolute poverty will be regarded as a stranger even by his own mother. 7

Is the poverty that almost killed me yesterday, to meet me today too? 8

One may sleep in the midst of fire; but by no means in the midst of poverty. 9

The destitute poor, who do not renounce their bodies, only consume their neighbour's salt and water. 10

அதிகாரம் 106 இரவு

இரக்க இரத்தக்கார்க் காணின்; கரப்பின்
அவர்பழி தம்பழி அன்று. (1)

இன்பம் ஒருவற் கிரத்தல் இரந்தவை
துன்பம் உறாஅ வரின். (2)

கரப்பிலா நெஞ்சின் கடனறிவார் முன்னின்(று)
இரப்புமோர் ஏஎர் உடைத்து. (3)

இரத்தலும் ஈதலே போலும் கரத்தல்
கனவினும் தேற்றாதார் மாட்டு. (4)

கரப்பிலார் வையகத் துண்மையான் கண்ணின்(று)
இரப்பவர் மேற்கொள் வது (5)

கரப்பிடும்பை இல்லாரைக் காணின் நிரப்பிடும்பை
எல்லாம் ஒருங்கு கெடும். (6)

இகழ்ந்தெள்ளா தீவாரைக் காணின் மகிழ்ந்துள்ளம்
உள்ளுள் உவப்ப துடைத்து. (7)

இரப்பாரை இல்லாயின் ஈர்ங்கண்மா ஞாலம்
மரப்பாவை சென்றுவந் தற்று. (8)

ஈவார்கண் என்னுண்டாம் தோற்றம் இரந்துகோள்
மேவார் இலாஅக் கடை? (9)

இரப்பான் வெகுளாமை வேண்டும் நிரப்பிடும்பை
தானேயும் சாலும் கரி. (10)

CH.106 On Begging

If you meet with those that may be begged of, you may beg; (but) if they withhold (their gift) it is their blame and not yours. 1

Even begging may be pleasant, if what is begged for is obtained without grief (to him that begs). 2

There is even a beauty in standing before and begging, of those who are liberal in their gifts and understand their duty (to beggers). 3

To beg of such as never think of withholding (their charity) even in their dreams, is in fact the same as giving (it oneself). 4

As there are in the world those that give without refusing, there are (also) those that prefer to beg by simply standing before them. 5

All the evil of begging will be removed at the sight of those who are far from the evil of refusing. 6

Beggars rejoice exceedingly when they behold those who bestow (their alms) with kindness and courtesy.7

It there were no beggars (the actions done in) the cool wide world would only resemble the movement of a puppet. 8

What praise would there be to givers (of alms), if there were no beggars to ask for and receive (them)? 9

He who begs ought not to be angry (at a refusal); for even the misery of (his own) poverty should be sufficient reason (for so doing). 10

அதிகாரம் 107 இரவு அச்சம்

கரவா துவந்தீயும் கண்ணன்னார் கண்ணும்
இரவாமை கோடி உறும். (1)

இரந்தும் உயிர்வாழ்தல் வேண்டின் பரந்து
கெடுக உலகியற்றி யான். (2)

இன்மை இடும்பை இரந்துதீர் வாமென்னும்
வன்மையின் வன்பாட்ட தில். (3)

இளமெல்லாம் கொள்ளாத் தகைத்தே இடமில்லாக்
காலும் இரவொல்லாச் சால்பு. (4)

தெண்ணீர் அடுபுற்கை ஆயினும் தாள்தந்த(து)
உண்ணலின் ஊங்கினிய தில். (5)

ஆவிற்கு நீரென்றி றிரப்பினும் நாவிற்(கு)
இரவின் இளிவந்த தில். (6)

இரப்பன் இரப்பாரை எல்லாம் இரப்பின்
கரப்பார் இரவன்மின் என்று. (7)

இரவென்னும் ஏமாப்பில் தோணி கரவென்னும்
பார்தாக்கப் பக்கு விடும். (8)

இரவுள்ள உள்ளம் உருகும்; கரவுள்ள
உள்ளதூஉம் இன்றிக் கெடும். (9)

கரப்பவர்க் கியாங்கொளிக்கும் கொல்லோ இரப்பவர்
சொல்லாடப் போஒம் உயிர்? (10)

CH.107 On Evil of Begging

Not to beg (at all even from those excellent persons who cheerfully give without refusing), will do immense good. 1

If the Creator of the world has decreed even begging as a means of livelihood, may he too go a begging and perish. 2

There is no greater folly than the boldness with which one seeks to remedy evils of poverty by begging (rather than by working). 3

Even the whole world cannot sufficiently praise the dignity that would not beg even in the midst of destitution. 4

Even thin gruel is ambrosia to him who has obtained it by labour. 5

There is nothing more disgraceful to one's tongue than to use it in begging water even for a cow. 6

I beseech all beggars and say, "If you need to beg, never beg of those who give unwillingly." 7

The unsafe raft of begging will split when it strikes on the rock of refusal. 8

To think of (the evil of) begging is enough to melt one's heart: but to think of refusal is enough to break it. 9

Saying " No" to a beggar takes away his life (but as that very word will kill the refuser; where then would the latter's life hide itself?) 10

அதிகாரம் 108 கயமை

மக்களே போல்வர் கயவர் அவரன்ன
ஒப்பாரி யாம்கண்ட தில். (1)

நன்றறி வாரின் கயவர் திருவுடையர்
நெஞ்சத் தவலம் இலர் (2)

தேவர் அனையர் கயவர் அவரும்தாம்
மேவன செய்தொழுக லான் (3)

அகப்பட்டி யாவாரைக் காணின் அவரின்
மிகப்பட்டுச் செம்மாக்கும் கீழ். (4)

அச்சமே கீழ்கள தாசாரம் எச்சம்
அவாவுண்டேல் உண்டாம் சிறிது. (5)

அறைபறை யன்னர் கயவர்தாம் கேட்ட
மறைபிறர்க் குய்த்துரைக்க லான் (6)

ஈர்ங்கை விதிரார் கயவர் கொடிறுடைக்கும்
கூன்கைய ரல்லா தவர்க்கு (7)

சொல்லப் பயன்படுவர் சான்றோர்; கரும்புபோல்
கொல்லப் பயன்படும் கீழ். (8)

உடுப்பதூஉம் உண்பதூஉம் காணின் பிறர்மேல்
வடுக்காண வற்றாகும் கீழ். (9)

எற்றிற் குரியர் கயவரொன் றுற்றக்கால்
விற்றற் குரியர் விரைந்து (10)

பொருட்பால் முற்றிற்று

CH.108 On Unscrupulousness

The base resemble men perfectly (as regards form); and we have not seen such (exact) resemblance (among any other species). 1

The low enjoy more felicity than those who know what is good, for the former are not troubled with anxiety (as to the good). 2

The base resemble the gods; for the base act as they like. 3

The base feel proud when they see persons whose acts are meaner than their own. 4

(The principle of) behaviour in the mean is chiefly fear; if not, hope of gain to some extent. 5

The base are like a drum that is beaten, for they unburden to others the secrets they have heard. 6

The mean will not (even) shake off (what sticks to) their hands (soon after a meal) to any but those who would break their jaws with their clenched fists. 7

The great bestow (their alms) as soon as they are informed; (but) the mean, like the sugarcane, only when they are tortured to death. 8

The base will bring an evil (accusation) against others, as soon as he sees them (enjoying) good food and clothing. 9

The base will hasten to sell themselves as soon as a calamity has befallen them. For what else are they fitted? 10

காமத்துப்பால்

களவு இயல்

அதிகாரம் 109 தகையணங்குறுத்தல்

அணங்குகொல் ஆய்மயில் கொல்லோ கனங்குழை
மாதர்கொல் மாலுமென் நெஞ்சு. (1)

நோக்கினாள் நோக்கெதிர் நோக்குதல் தாக்கணங்கு
தானைக்கொண் டன்ன துடைத்து. (2)

பண்டறியேன் கூற்றென் பதனை; இனிஅறிந்தேன்
பெண்தகையால் பேரமர்க் கட்டு. (3)

கண்டார் உயிருண்ணும் தோற்றத்தான் பெண்தகைப்
பேதைக் கமர்த்தன கண். (4)

கூற்றமோ கண்ணோ பிணையோ மடவரல்
நோக்கம் இம் மூன்றும் உடைத்து. (5)

கொடும்புருவம் கோடா மறைப்பின் நடுங்கஞர்
செய்யல மன்இவள் கண். (6)

கடாஅக் களிற்றின்மேல் கட்படாம் மாதர்
படாஅம் முலைமேல் துகில். (7)

ஒண்ணுதற் கோஓ உடைந்ததே ஞாட்பினுள்
நண்ணாரும் உட்குமென் பீடு! (8)

பிணையேர் மடநோக்கும் நாணும் உடையாட்(கு)
அணிஎவனோ ஏதில தந்து? (9)

உண்டார்க ணல்ல தடுநறாக் காமம்போல்
கண்டார் மகிழ்செய்தல் இன்று. (10)

CH.109 On Pain at the Sight of Beauty

Is the jewelled female a celestial, a choice peahen, or a human being? My mind is perplexed. 1

This female beauty returning my looks is like a celestial maiden coming with an army to contend against me. 2

I never knew before what is called Yama; I see it now; it is the eyes that carry on a great fight with (the help of) female qualities. 3

These eyes that seem to kill those who look at them are as it were in hostilities with this feminine simplicity. 4

Is it Yama, (a pair of) eyes or a hind?- Are not all these three in the looks of this maid? 5

Her eyes will cause (me) no trembling sorrow, if they are properly hidden by her cruel arched eye-brows. 6

The cloth that covers the firm bosom of this maiden is (like) that which covers the eyes of a rutting elephant. 7

On her bright brow alone is destroyed even that power of mine that used to terrify the most fearless foes in the battle-field. 8

Of what use are other jewels to her who is adorned with modesty, and the meek looks of the hind? 9

Unlike boiled honey which yields delight only when it is drunk, love gives pleasure even when looked at. 10

அதிகாரம் 110 குறிப்புஅறிதல்

இருநோக் கிவளுண்கண் உள்ள தொருநோக்கு
நோய்நோக்கொன் றந்நோய் மருந்து. (1)

கண்களவு கொள்ளும் சிறுநோக்கம் காமத்தில்
செம்பாகம் அன்று பெரிது. (2)

நோக்கினாள் நோக்கி இறைஞ்சினாள் அஃதவள்
யாப்பினுள் அட்டிய நீர். (3)

யானோக்குங் காலை நிலனோக்கும்; நோக்காக்கால்
தானோக்கி மெல்ல நகும். (4)

குறிக்கொண்டு நோக்காமை யல்லால் ஒருகண்
சிறக்கணித்தாள் போல நகும். (5)

உறாஅ தவர்போல் சொலினும் செறாஅர்சொல்
ஒல்லை உணரப் படும். (6)

செறாஅச் சிறுசொல்லும் செற்றார்போல் நோக்கும்
உறாஅர்போன் றுற்றார் குறிப்பு. (7)

அசையியற் குண்டாண்டோர் ஏஎர்யான் நோக்கப்
பசையினள் பைய நகும். (8)

ஏதிலார் போலப் பொதுநோக்கு நோக்குதல்
காதலார் கண்ணே உள. (9)

கண்ணொடு கண்ணினை நோக்கொக்கின் வாய்ச்சொற்கள்
என்ன பயனும் இல. (10)

CH.110 On Ascertaining each other's Intentions

There are two looks in the dyed eyes of this (fair one); one causes pain, and the other is the cure thereof. 1

A single stolen glance of her eyes is more than half the pleasure (of sexual embrace). 2

She has looked at me and stooped (her head); and that (sign) waters as it were (the corn of) our love. 3

When I look she looks down; when I do not, she looks and smiles gently. 4

She not only avoids a direct look at me, but looks as it were with a half-closed eye and smiles. 5

Though they may speak harshly as if they were strangers, the words of the friendly are soon understood. 6

Little words that are harsh and looks that are hateful are (but) the expressions of lovers who wish to act like strangers. 7

When I look, the pitying maid looks in return and smiles gently; and that is a comforting sign for me. 8

Both the lovers are capable of looking at each other in an ordinary way, as if they were perfect strangers. 9

The words of the mouths are of no use whatever, when there is perfect agreement between the eyes (of lovers). 10

அதிகாரம் 111 புணர்ச்சி மகிழ்தல்

கண்டுகேட் டுண்டுயிர்த் துற்றறியும் ஐம்புலனும்
ஒண்டொடி கண்ணே உள. (1)

பிணிக்கு மருந்து பிறமன் அணிஇழை
தன்நோய்க்குத் தானே மருந்து. (2)

தாம்வீழ்வார் மென்தோள் துயிலின் இனிதுகொல்
தாமரைக் கண்ணான் உலகு? (3)

நீங்கின் தெறூஉம் குறுகுங்கால் தண்ணென்னுந்
தீயாண்டுப் பெற்றாள் இவள்? (4)

வேட்ட பொழுதின் அவையவை போலுமே
தோட்டார் கதுப்பினாள் தோள். (5)

உறுதோ றுயிர்தளிர்ப்பத் தீண்டலால் பேதைக்(கு)
அமிழ்தின் இயன்றன தோள். (6)

தம்மில் இருந்து தமதுபாத் துண்டற்றால்
அம்மா அரிவை முயக்க. (7)

வீழும் இருவர்க் கினிதே வளியிடை
போழப் படாஅ முயக்கு. (8)

ஊடல் உணர்தல் புணர்தல் இவைகாமம்
கூடியார் பெற்ற பயன். (9)

அறிதோ றறியாமை கண்டற்றால் காமம்
செறிதோறும் சேயிழை மாட்டு. (10)

CH.111 On Rejoicing over Sexuality

The (simultaneous) enjoyment of the five senses of sight, hearing, taste, smell and touch can only be found with bright braceleted (women). 1

The remedy for a disease is always something different (from it); but for the disease caused by this jewelled maid; she is herself the cure. 2

Can the lotus-eyed Vishnu's heaven be indeed as sweet to those who delight to sleep in the delicate arms of their beloved? 3

From whence has she got this fire that burns when I withdraw and cools when I approach? 4

The shoulders of her whose looks are adorned with flowers delight me as if they were the very sweets I have desired (to get). 5

The shoulders of this fair one are made of ambrosia; for they revive me with pleasure every time I embrace them. 6

The embraces of a gold-complexioned beautiful female are as pleasant as to dwell in one's own house and live by one's own (earnings) after distributing (a portion of it in charity). 7

To ardent lovers sweet is the embrace that cannot be penetrated even by a breath of breeze. 8

Love, quarrel, reconciliation and intercourse-these are the advantages reaped by those who marry for lust. 9

As (one's) ignorance is discovered the more one learns, so does repeated intercourse with a well-adorned female (only create a desire for more). 10

அதிகாரம் 112 நலம்புனைந்துரைத்தல்

நன்னீரை வாழி அனிச்சமே! நின்னினும்
மென்னீரள் யாம்வீழ் பவள். (1)

மலர்காணின் மையாத்தி நெஞ்சே! இவள்கண்
பலர்காணும் பூவொக்கும் என்று. (2)

முறிமேனி முத்தம் முறுவல் வெறிநாற்றம்
வேலுண்கண் வேய்த்தோ ளவட்கு. (3)

காணின் குவளை கவிழ்ந்து நிலனோக்கும்
மாணிழை கண்ணொவ்வேம் என்று. (4)

அனிச்சப்பூக் கால்களையாள் பெய்தாள் நுசுப்பிற்கு
நல்ல படாஅ பறை. (5)

மதியும் மடந்தை முகனும் அறியா
பதியிற் கலங்கிய மீன். (6)

அறுவாய் நிறைந்த அவிர்மதிக்குப் போல
மறுஉண்டோ மாதர் முகத்து? (7)

மாதர் முகம்போல் ஒளிவிட வல்லையேல்
காதலை வாழி மதி. (8)

மலரன்ன கண்ணாள் முகமொத்தி யாயின்
பலர்காணத் தோன்றல் மதி. (9)

அனிச்சமும் அன்னத்தின் தூவியும் மாதர்
அடிக்கு நெருஞ்சிப் பழம். (10)

CH.112` On Praise of Pleasure

May you flourish, O! Anicham! you have a delicate nature. But my beloved is more delicate than you. 1

O! my soul, fancying that flowers which are seen by many can resemble her eyes, you become confused at the sight of them. 2

The complexion of this bamboo-shouldered one is that of a shoot; her teeth are pearls; her breaths, fragrance; and her dyed eyes, lances. 3

If the blue lotus could see, it would stoop and look at the ground saying, "I can never resemble the eyes of this excellent jewelled one." 4

No merry drum will be beaten for the (tender) waist of her who has adorned herself with the anicham without having removed its stem. 5

The stars have become confused in their places not being able to distinguish between the moon and the maid's countenance. 6

Could there be spots in the face of this maid like those in the bright full-moon. 7

If you can indeed shine like the face of women, flourish, O moon, for then would you be worth loving.8

O moon, if you wish to resemble the face of her whose eyes are like (these) flowers, do not appear so as to be seen by all. 9

The anicham and the feathers of the swan are to the feet of females, like the fruits of the (thorny) Nerunji. 10

அதிகாரம் 113 காதற் சிறப்புரைத்தல்

பாலொடு தேன்கலந் தற்றே பணிமொழி
வாலெயி றூறிய நீர். (1)

உடம்பொ டுயிரிடை என்ன மற்றன்ன
மடந்தையொ டெம்மிடை நட்பு. (2)

கருமணியின் பாவாய்நீ போதாயாம் வீழும்
திருநுதற் கில்லை இடம். (3)

வாழ்தல் உயிர்க்கன்னல் ஆயிழை சாதல்
அதற்கன்னள் நீங்கு மிடத்து. (4)

உள்ளுவன் மன்யான் மறப்பின்; மறப்பறியேன்
ஒள்ளமர்க் கண்ணாள் குணம். (5)

கண்ணுள்ளின் போகார் இமைப்பின் பருவரார்
நுண்ணியரெம் காத லவர். (6)

கண்ணுள்ளார் காத லவராகக் கண்ணும்
எழுதேம் கரப்பாக் கறிந்து. (7)

நெஞ்சத்தார் காத லவராக வெய்துண்டல்
அஞ்சுதும் வேபாக் கறிந்து. (8)

இமைப்பின் கரப்பாக் கறிவல் அனைத்திற்கே
ஏதிலர் என்னுமிவ் வூர். (9)

உவந்துறைவர் உள்ளத்துள் என்றும் இகந்துறைவர்
ஏதிலர் என்னுமிவ் வூர். (10)

CH.113 On Expression of Excessive Love

The water which oozes from the white teeth of this soft speeched damsel is like a mixture of milk and honey. 1

The love between me and this damsel is like the union of body and soul. 2

O you image in the pupil (of my eye)! depart; there is no room for my fair-browed beloved. 3

My fair-jewelled one resembles the living soul (when she is in union with me), the dying soul when she leaves me. 4

If I had forgotten her who has bright battling eyes, I would have remembered (thee); but I never forget her, (thus says he to her maid). 5

My lover would not depart from mine eyes; even if I wink, he would not suffer (from pain); he is so ethereal. 6

As my lover abides in my eyes, I will not even paint them, for he would (then) have to conceal himself. 7

As my lover is in my heart, I am afraid of eating (anything) hot, for I know it would pain him. 8

I will not wink, knowing that if I did, my lover would hide himself; and for this reason, this town says, he is unloving. 9

My lover dwells in my heart with perpetual delight; but the town says he is unloving, (and therefore) dwells afar. 10

அதிகாரம் 114 நாணுத் துறவுரைத்தல்

காமம்உழந்து வருந்தினார்க் கேமம்
மடலல்ல தில்லை வலி. (1)

நோனா உடம்பும் உயிரும் மடலேறும்
நாணினை நீக்கி நிறுத்து. (2)

நாணொடு நல்லாண்மை பண்டுடையேன் இன்றுடையேன்
காமுற்றார் ஏறும் மடல். (3)

காமக் கடும்புனல் உய்க்குமே நாணொடு
நல்லாண்மை என்னும் புணை. (4)

தொடலைக் குறுந்தொடி தந்தாள் மடலொடு
மாலை உழக்கும் துயர். (5)

மடலூர்தல் யாமத்தும் உள்ளுவேன் மன்ற
படலொல்லா பேதைக்கென் கண். (6)

கடலன்ன காமம் உழந்தும் மடலேறாப்
பெண்ணின் பெருந்தக்க தில். (7)

நிறைஅரியர் மன்னளியர் என்னாது காமம்
மறைஇறந்து மன்று படும். (8)

அறிகிலார் எல்லாரும் என்றேஎன் காமம்
மறுகின் மறுகும் மருண்டு. (9)

யாம்கண்ணின் காண நகுப அறிவில்லார்
யாம்பட்ட தாம்படா வாறு. (10)

CH.114 Expressing their loss of Modesty

To those who, after enjoyment of sexual pleasure, suffer (for want of more), there is no help so efficient as the palmyra horse. 1

Having got rid of shame, the suffering body and soul save themselves on the palmyra horse. 2

Modesty and manliness were once my own; now my own is the palmyra horse that is ridden by the lustful.3

The raft of modesty and manliness is, alas, carried off by the strong current of lust. 4

She with the small garland-like bracelets has given me the palmyra horse and the sorrow that is endured at night. 5

Mine eyes will not close on sleep in your mistress's account; even at midnight I think of mounting the palmyra horse. 6

There is nothing so noble as the womanly nature that would not ride the palmyra horse, though plunged in a sea of lust. 7

Even the lust of women tragresses its secrecy and appears in public, forgetting that they are too chaste and liberal (to be overcome by it). 8

My lust, feeling that it is not known by all, reels confused in the streets (of this town). 9

Even strangers laugh (at us) so as to be seen by us, for they have not suffered. 10

அதிகாரம் 115 அலர் அறிவுறுத்தல்

அலரெழ ஆருயிர் நிற்கும் அதனைப்
பலரறியார் பாக்கியத் தால். (1)

மலரன்ன கண்ணாள் அருமை அறியா(து)
அலர்எமக் கீந்ததிவ் வூர். (2)

உறாஅதோ ஊரறிந்த கௌவை அதனைப்
பெறாஅது பெற்றன்ன நீர்த்து. (3)

கவ்வையால் கவ்விது காமம் அதுஇன்றேல்
தவ்வென்னும் தன்மை இழந்து. (4)

களித்தொறும் கள்ளுண்டல் வேட்டற்றால் காமம்
வெளிப்படும் தோறும் இனிது. (5)

கண்டது மன்னும் ஒருநாள் அலர்மன்னும்
திங்களைப் பாம்புகொண் டற்று. (6)

ஊரவர் கௌவை எருவாக அன்னைசொல்
நீராக நீளுமிந் நோய். (7)

நெய்யால் எரிநுதுப்பேம் என்னற்றால் கௌவையால்
காமம் நுதிப்பேம் எனல். (8)

அலர்நாண ஒல்வதோ அஞ்சலோம் பென்றார்
பலர்நாண நீத்தக் கடை. (9)

தாம்வேண்டின் நல்குவர் காதலர் யாம்வேண்டும்
கௌவை எடுக்கும் இவ் வூர். (10)

களவியல் முற்றிற்று

CH.115 Talk about Rumour in Separation

My precious life is saved by the rise of rumour, and this, to my good luck, no others are aware of. 1

Not knowing the value of her whose eyes are like flowers, this town has got up a rumour about me. 2

Will I not get a rumour that is known to the (whole) town? For what I have not got is as if I had got it (already). 3

Rumour increases the violence of my passion; without it, it would grow weak and waste away. 4

As drinking liquor is delightful (to one) whenever one is in mirth, so is lust delightful to me whenever it is the subject of rumour. 5

It was but a single day that I looked on (my lover); but rumour thereof has spread like the seizure of the moon by the serpent. 6

This malady (of lust) is manured by the talk of women and watered by the (harsh) words of my mother. 7

To say that one could extinguish passion by rumour is like extinguishing fire with ghee. 8

When the departure of him who said, "Fear not," has put me to shame before others, why need I be ashamed of scandal? 9

The rumour I desire is raised by the town (itself); and my lover would if desired consent (to my following him). 10

கற்பு இயல்

அதிகாரம் 116 பிரிவாற்றாமை

செல்லாமை உண்டேல் எனக்குரை; மற்றுநின்
வல்வரவு வாழ்வார்க் குரை. (1)

இன்கண் உடைத்தவர் பார்வல்; பிரிவஞ்சும்
புன்கண் உடைத்தாற் புணர்வு. (2)

அரிதரோ தேற்றம் அறிவுடையார் கண்ணும்
பிரிவோ ரிடத்துண்மை யான். (3)

அளித்தஞ்சல் என்றவர் நீப்பின் தெளித்தசொல்
தேறியார்க் குண்டோ தவறு? (4)

ஓம்பின் அமைந்தார் பிரிவோம்பல்; மற்றவர்
நீங்கின் அரிதால் புணர்வு. (5)

பிரிவுரைக்கும் வன்கண்ண ராயின் அரிதவர்
நல்குவர் என்னும் நசை. (6)

துறைவன் துறந்தமை தூற்றாகொல் முன்கை
இறைஇறைவா நின்ற வளை? (7)

இன்னா தினனில்லூர் வாழ்தல்; அதனினும்
இன்னா தினியார்ப் பிரிவு. (8)

தொடிற்சுடின் அல்லது காமநோய் போல
விடிற்சுடல் ஆற்றுமோ தீ. (9)

அரிதாற்றி அல்லனோய் நீங்கிப் பிரிவாற்றிப்
பின்னிருந்து வாழ்வார் பலர். (10)

CH.116 On Inability to Endure Separation

If it is not departure, tell me; but if it is your speedy return tell it to those who would be alive then. 1

His very look was once pleasing; but (now) even intercourse is painful through fear of separtion. 2

As even the lover who understands (everything) may at times depart, confidence is hardly possible. 3

If he who bestowed his love and said, "Fear not," should depart, will it be the fault of those who believed in (his) assuring words? 4

If you would save (my life), delay the departure of my destined (husband); for if he departs, intercourse will become impossible. 5

If he is so cruel as to mention his departure (to me), the hope that he would bestow (his love) must be given up. 6

Do not the rings that begin to slide down my fingers forebode the separation of my lord? 7

Painful is it to live in a friendless town; but far more painful is it to part from one's lover. 8

Fire burns when touched; but, like the sickness of love can it also burn when removed? 9

(As if they were) many indeed that can consent to the impossible, kill their pain, endure separation and yet continue to live afterwards. 10

அதிகாரம் 117 படர் மெலிந்து இரங்கல்

மறைப்பேன்மன் யானிஃதோ நோயை இறைப்பவர்க்கு
ஊற்றுநீர் போல மிகும். (1)

கரத்தலும் ஆற்றேனிந் நோயைநோய் செய்தார்க்(கு)
உரைத்தலும் நாணுத் தரும். (2)

காமமும் நாணும் உயிர்காவாத் தூங்குமென்
நோனா வுடம்பி னகத்து. (3)

காமக் கடல்மன்னும் உண்டே அதுநீந்தும்
ஏமப் புணைமன்னும் இல். (4)

துப்பின் எவனாவர் மற்கொல் துயர்வரவு
நட்பினுள் ஆற்று பவர்? (5)

இன்பம் கடல்மற்றுக் காமம் அஃதடுங்கால்
துன்பம் அதனின் பெரிது. (6)

காமக் கடும்புனல் நீந்திக் கரைகாணேன்
யாமத்தும் யானே உளேன். (7)

மன்னுயிர் எல்லாம் துயிற்றி அளித்திரா
என்னல்ல தில்லை துணை. (8)

கொடியார் கொடுமையின் தாம்கொடிய இந்நாள்
நெடிய கழியும் இரா. (9)

உள்ளம்போன் றுள்வழிச் செல்கிற்பின் வெள்ளநீர்
நீந்தல மன்னோஎன் கண். (10)

CH.117 On Languishing in Sorrow

I would hide this pain from others; but it (only) swells like a spring to those who drain it. 1

I cannot conceal this pain, nor can I relate it without shame to him who has caused it. 2

(Both) lust and shame, with my soul for their shoulder pole, balance themselves on a body that cannot bear them. 3

There is indeed a flood of lust; but there is no raft of safety to cross it with. 4

He who can produce sorrow from friendship, what can be not bring forth out of enmity? 5

The pleasure of lust is (as great as) the sea; but the pain of lust is far greater. 6

I have swam across the terrible flood of lust, but have not seen its shore; even at midnight I am alone; still I live. 7

The night which graciously lulls to sleep all living creatures has me alone for her companion. 8

The long night of these days are far more cruel than the heartless one who is torturing me. 9

Could mine eyes travel like my thoughts to the abode (of my absent lord), they would not swim in this flood of tears. 10

அதிகாரம் 118 கண் விதுப் பழிதல்

கண்டாங் கலுழ்வ தெவண்கொலோ தண்டாநோய்
தாங்காட்ட யாம்கண் டது? (1)

தெரிந்துணரா நோக்கிய உண்கண் பரிந்துணராப்
பைதல் உழப்ப தெவன்? (2)

கதுமெனத் தாநோக்கித் தாமே கலுழும்
இதுநகத் தக்க துடைத்து. (3)

பெயலாற்றா நீருலந்த உண்கண் உயலாற்றா
உய்வினோய் என்கண் நிறுத்து. (4)

படலாற்றா பைதல் உழக்கும் கடலாற்றாக்
காமநோய் செய்தஎன் கண். (5)

ஓஒஇனிதே எமக்கிந்நோய் செய்தகண்
தாஅம் இதற்பட் டது. (6)

உழந்துழந் துள்நீர் அறுக விழைந்திழைந்து
வேண்டி அவர்க்கண்ட கண். (7)

பேணாது பெட்டார் உளர்மன்னோ மற்றவர்க்
காணா தமைவில கண். (8)

வாராக்கால் துஞ்சா வரின்துஞ்சா ஆயிடை
ஆரஞர் உற்றன கண். (9)

மறைபெறல் ஊரார்க் கரிதன்றால் எம்போல்
அறைபறை கண்ணா ரகத்து. (10)

CH.118 On The Eyes Suffering from Eagerness

As this incurable malady has been caused by my eyes which showed (him) to me why should they now weep for (him)? 1

The dyed eyes that (then) looked without foresight, why should they now endure sorrow, without feeling sharply (their own fault)? 2

They themselves looked eagerly (on him) and now they weep. Is not this to be laughed at? 3

These painted eyes have caused me a lasting mortal disease, and now they can weep no more, the tears having dried up. 4

Mine eyes have caused me a lust that is greater than the sea and (they themselves) endure the torture of sleeplessness. 5

The eyes that have given me this disease have themselves been seized with this (suffering), Oh! I am much delighted. 6

The eyes that became tender and gazed intently on him, may they suffer so much as to dry up the fountain of their tears. 7

He is indeed here who loved me with his lips but not with his heart but mine eyes suffer from not seeing him. 8

When he is away they do not sleep; when he is present they do not sleep; in either case mine eyes endure unbearable agony. 9

It is not difficult for the people of this place to understand the secret of those whose eyes, like mine, are, as it were, beaten drums. 10

அதிகாரம் 119 பசப்புறு பருவரல்

நயந்தவர்க்கு நல்காமை நேர்ந்தேன் பசந்தஎன்
பண்புயார்க் குரைக்கோ பிற? (1)

அவர்தந்தார் என்னும் தகையால் இவர்தந்தென்
மேனிமேல் ஊரும் பசப்பு. (2)

சாயலும் நாணும் அவர்கொண்டார் கைம்மாறா
நோயும் பசலையும் தந்து. (3)

உள்ளுவன் மன்யான் உரைப்ப தவர்திறமாற்
கள்ளம் பிறவோ பசப்பு. (4)

உவக்காணெம் காதலர் செல்வார் இவக்காணென்
மேனி பசப்பூர் வது. (5)

விளக்கற்றம் பார்க்கும் இருளேபோல் கொண்கன்
முயக்கற்றம் பார்க்கும் பசப்பு. (6)

புல்லிக் கிடந்தேன் புடைபெயர்ந்தேன் அவ்வளவில்
அள்ளிக் கொள்வற்றே பசப்பு. (7)

பசந்தாள் இவளென்ப தல்லால் இவளைத்
துறந்தார் அவரென்பார் இல். (8)

பசக்கமன் பட்டாங்கொல் மேனி நயப்பித்தார்
நன்னிலையர் ஆவர் எனின். (9)

பசப்பெனப் பேர்பெறுதல் நன்றே நயப்பித்தார்
நல்காமை தூற்றார் எனின். (10)

CH.119 On Suffering from Sallowness

I who then consented to the absence of my loving lord, to whom can I (now) relate the fact of my having turned sallow? 1

Sallowness, as if proud of having been caused by him, would now ride on my person. 2

He has taken (away) my beauty and modesty, and given me instead disease and sallowness. 3

I think (of him); and what I speak about is but his excellence; still is there sallowness; and this is deceitful. 4

Just as my lover departed then, did not sallowness spread here on my person? 5

Just as darkness waits for the failing light, so does sallowness wait for the laxity of my husband's intercourse. 6

I who was in close embrace just turned aside and the moment I did so, sallowness came on me like something to be seized on. 7

Besides those who say, "She has turned sallow," there are none who say, "He has forsaken her." 8

If he is clear of guilt who has conciliated me (to his departure) let my body suffer its due and turn sallow. 9

It would be good to be said of me that I have turned sallow if friends do not reproach with unkindness him who pleased me (then). 10

அதிகாரம் 120 தனிப்படர் மிகுதி

தாம்வீழ்வார் தம்வீழப் பெற்றவர் பெற்றாரே
காமத்துக் காழில் கனி. (1)

வாழ்வார்க்கு வானம் பயந்தற்றால் வீழ்வார்க்கு
வீழ்வார் அளிக்கும் அளி. (2)

வீழுநர் வீழப் படுவார்க் கமையுமே
வாழுநம் என்னும் செருக்கு. (3)

வீழப் படுவார் கெழீஇயிலர் தாம்வீழ்வார்
வீழப் படாஅர் எனின். (4)

நாம்காதல் கொண்டார் நமக்கெவன் செய்பவோ
தாம்காதல் கொள்ளாக் கடை? (5)

ஒருதலையான் இன்னாது காமங்காப் போல
இருதலை யானும் இனிது. (6)

பருவரலும் பைதலும் காணான்கொல் காமன்
ஒருவர்கண் நின்றொழுகு வான்? (7)

வீழ்வாரின் இன்சொல் பெறாஅ துலகத்து
வாழ்வாரின் வன்கணார் இல். (8)

நசைஇயார் நல்கார் எனினும் அவர்மாட்(டு)
இசையும் இனிய செவிக்கு. (9)

உறாஅர்க் குறுநோய் உரைப்பாய் கடலைச்
செறாஅஅய் வாழிய நெஞ்சு! (10)

CH.120 Excessive Sorrow of Solitude

The women who are beloved by those whom they love, have they not got the stone-less fruit of sexual delight? 1

The bestowal of love by the beloved on those who love them is like the rain raining (at the proper season) on those who live by it. 2

The pride that says, "We shall live," suists only those who are loved by their beloved (husbands). 3

Even those who are esteemed (by other women) are devoid of excellence, if they are not loved by their beloved. 4

He who is beloved by me, what will he do to me, if I am not beloved by him? 5

Lust, like the weight of the kavadi, pains if it lies in one end only but pleases if it is in both. 6

Would not Cupid who abides and contends in one party only witness the pain and sorrow (in that party)? 7

There is no one in the world so hard-hearted as those who can live without receiving (even) a kind word from their beloved. 8

Though my beloved bestows no love on me, still are his words sweet to my ears. 9

Live, O my soul, would you who relate you great sorrow to strangers, try rather to fill up your own sea (of sorrow).? 10

அதிகாரம் 121 நினைந்தவர் புலம்பல்

உள்ளினும் தீராப் பெருமகிழ் செய்தலான்
கள்ளினும் காமம் இனிது. (1)

எனைத்தொன் றினிதே காண் காமந்தாம் வீழ்வார்
நினைப்ப வருவதொன் றில். (2)

நினைப்பவர் போன்று நினையார்கொல் தும்மல்
சினைப்பது போன்று கெடும். (3)

யாமும் உளேங்கொல் அவர்நெஞ்சத்தெம் நெஞ்சத்(து)
ஓஒ உளரே அவர். (4)

தம்நெஞ்சத் தெம்மைக் கடிகொண்டார் நாணார்கொல்
எம்நெஞ்சத் தோவா வரல்? (5)

மற்றியான் என்னுள்ளேன் மன்னோ அவரொடுயான்
உற்றநாள் உள்ள உளேன். (6)

மறப்பின் எவனவன் மன்கொல் மறப்பறியேன்
உள்ளினும் உள்ளம் சுடும். (7)

எனைத்து நினைப்பினும் காயார் அனைத்தன்றோ
காதலர் செய்யும் சிறப்பு. (8)

விளியுமென் இன்னுயிர் வேறல்லம் என்பார்
அளியின்மை ஆற்ற நினைந்து. (9)

விடாஅது சென்றாரைக் கண்ணினால் காணப்
படாஅதி வாழி மதி. (10)

CH.121 Weeping at the thought of the partner

Sexuality is sweeter than liquor, because when remembered it creates a most rapturous delight. 1

Even to think of one's beloved gives one no pain. Sexuality, in any degree, is always delightful. 2

I feel as if I am going to sneeze but do not, and (therefore) my beloved is about to think (of me) but does not. 3

He continues to abide in my soul, do I likewise abide in his? 4

He who has imprisoned me in his soul, is he ashamed to enter incessantly into mine? 5

I live by remembering my (former) intercourse with him; if it were not so, how could I live? 6

I have never forgotten (the pleasure); even to think of it burns my soul; could I live, if I should ever forget it?7

He will not be angry however much I may think of him; is it not so much the delight my beloved affords me? 8

My precious life is wasting away by thinking too much on the cruelty of him who said we were not different.9

May you live, O moon. Do not set, that I may see him who has departed without quitting my soul. 10

அதிகாரம் 122 கனவு நிலை உரைத்தல்

காதலர் தூதொடு வந்த கனவினுக்கு
யாதுசெய் வேன்கொல் விருந்து. (1)

கயலுண்கண் யானிரப்பத் துஞ்சின் கலந்தார்க்(கு)
உயலுண்மை சாற்றுவேன் மன். (2)

நனவினான் நல்கா தவரைக் கனவினால்
காண்டலின் உண்டென் உயிர். (3)

கனவினான் உண்டாகும் காமம் நனவினான்
நலகாரை நாடித் தரற்கு. (4)

நனவினால் கண்டதூஉம் ஆங்கே கனவுந்தான்
கண்ட பொழுதே இனிது. (5)

நனவென ஒன்றில்லை யாயின் கனவினால்
காதலர் நீங்கலர் மன். (6)

நனவினான் நல்காக் கொடியார் கனவினான்
என்எம்மைப் பீழிப் பது. (7)

துஞ்சுங்கால் தோள்மேல ராகி விழிக்குங்கால்
நெஞ்சத்த ராவர் விரைந்து. (8)

நனவினான் நல்காரை நோவர் கனவினால்
காதலர்க் காணா தவர். (9)

நனவினான் நம்நீத்தார் என்பர் கனவினால்
காணார்கொல் இவ்வூ ரவர். (10)

CH.122 On Relating Her Dream

Wherewith shall I feast the dream which has brought me my dear one's messenger? 1

If my fish-like painted eyes should, at my begging, close in sleep, I could fully relate my sufferings to my lord. 2

My life lasts because in my dream I behold him who does not favour me in my waking hours. 3

There is pleasure in my dream, because in it I seek and obtain him who does not visit me in my wakefulness. 4

I saw him in my waking hours, and then it was pleasant; I see him just now in my dream, and it is (equally) pleasant. 5

Were there no such thing as wakefulness, my beloved (who visited me) in my dream would not depart from me. 6

The cruel one who would not favour me in wakefulness, what right has he to torture me in my dreams? 7

When I am asleep, he rests on my shoulders, (but) when I awake he hastens into my soul. 8

They who have no dear ones to behold in their dreams blame him who visits me not in my waking hours. 9

The women of this place say he has forsaken me in my wakefulness. I think they have not seen him visit me in my dreams. 10

அதிகாரம் 123 பொழுது கண்டு இரங்கல்

மாலையோ அல்லை மணந்தார் உயிருண்ணும்
வேலைநீ வாழி பொழுது! (1)

புன்கண்ணை வாழி மருண்மாலை! எங்கேள்போல்
வன்கண்ண தோநின் துணை? (2)

பனிஅரும்பிப் பைதல்கொள் மாலை துனிஅரும்பித்
துன்பம் வளர வரும். (3)

காதலர் இல்வழி மாலை கொலைக்களத்து
ஏதிலர் போல வரும். (4)

காலைக்குச் செய்தநன் றென்கொல் எவன்கொல்யான்
மாலைக்குச் செய்த பகை. (5)

மாலைநோய் செய்தல் மணந்தார் அகலாத
காலை அறிந்த திலேன். (6)

காலை அரும்பிப் பகலெல்லாம் போதாகி
மாலை மலருமிந் நோய். (7)

அழல்போலும் மாலைக்குத் தூதாகி ஆயன்
குழல்போலும் கொல்லும் படை. (8)

பதிமருண்டு பைதல் உழக்கும் மதிமருண்டு
மாலை படர்தரும் போழ்து. (9)

பொருள்மாலை யாளரை உள்ளி மருள்மாலை
மாயுமென் மாயா உயிர். (10)

CH.123 On Weeping at the Approach of Night

Live, O you evening! Are you (the former) evening? No, you are the season that slays married women. 1

A long life to you, O dark evening! You are sightless. Is your help-mate (also) as hard-hearted as mine? 2

The evening that (once) came in with trembling and dimness (now) brings me an aversion for life and increasing sorrow. 3

In the absence of my lover, evening comes in like slayers on the field of slaughter. 4

What good have I done to morning (and) what evil to evening? 5

Previous to my husband's departure, I knew not the painful nature of evening. 6

This malady buds forth in the morning, expands all day long and blossoms in the evening. 7

The shepherd's flute now sounds as a fiery forerunner of night, and is become a weapon that slays (me). 8

When night comes on confusing (every one's) mind, the (whole) town will loss its senses and be plunged in sorrow. 9

My (hitherto) unextinguished life is now lost in this bewildering night at the thought of him who has gone in quest of wealth. 10

அதிகாரம் 124 உறுப்பு நலன் அழிதல்

சிறுமை நமக்கொழியச் சேண்சென்றார் உள்ளி
நறுமலர் நாணின கண். (1)

நயந்தவர் நல்காமை சொல்லுவ போலும்
பசந்து பனிவாரும் கண். (2)

தணந்தமை சால அறிவிப்ப போலும்
மணந்தநாள் வீங்கிய தோள். (3)

பணைநீங்கிப் பைந்தொடி சோரும் துணைநீங்கித்
தொல்கவின் வாடிய தோள். (4)

கொடியார் கொடுமை உரைக்கும் தொடியொடு
தொல்கவின் வாடிய தோள். (5)

தொடியொடு தோணெகிழ நோவல் அவரைக்
கொடியர் எனக்கூறல் நொந்து. (6)

பாடு பெறுதியோ நெஞ்சே! கொடியார்க்கென்
வாடுதோள் பூசல் உரைத்து? (7)

முயங்கிய கைகளை ஊக்கப் பசந்தது
பைந்தொடிப் பேதை நுதல். (8)

முயக்கிடைத் தண்வளி போழப் பசப்புற்ற
பேதை பெருமழைக் கண். (9)

கண்ணின் பசப்போ பருவரல் எய்தின்றே
ஒண்ணுதல் செய்தது கண்டு. (10)

CH.124 The Members Lose their Beauty

While we endure the unbearable sorrow, your eyes weep for him who is gone afar, and shun (the sight of) fragrant flowers. 1

The discoloured eyes that shed tears profusely seem to betray the unkindness of our beloved. 2

The shoulders that swelled on the day of our union (now) seem to announce our separation clearly (to the public). 3

In the absence of your consort, your shoulders having lost their former beauty and fullness, your bracelets of pure gold have become loose. 4

The (loosened) bracelets and the shoulders from which the old beauty has faded, relate the cruelty of the pitiless one. 5

I am greatly pained to hear you call him a cruel man, just because your shoulders are reduced and your bracelets loosened. 6

Can you, O my soul! gain glory by relating to the (so-called) cruel one the clamour of my fading shoulders? 7

When I once loosened the arms that were in embrace, the forehead of the gold-braceleted woman turned sallow. 8

When but a breath of breeze penetrated our embrace, her large cool eyes became sallow. 9

Was it at the sight of what the bright forehead had done that her sallow eyes became sad? 10

அதிகாரம் 125 நெஞ்சொடு கிளத்தல்

நினைத்தொன்று சொல்லாயோ நெஞ்சே! எனைத்தொன்றும்
எவ்வநோய் தீர்க்கும் மருந்து? (1)

காதல் அவரில ராகநீ நோவது
பேதைமை வாழிஎன் நெஞ்சு! (2)

இருந்துள்ளி என்பரிதல் நெஞ்சே! பரிந்துள்ளல்
பைதனோய் செய்தார் கணில். (3)

கண்ணும் கொளச்சேறி நெஞ்சே! இவைஎன்னைத்
தின்னும் அவர்க்காண லுற்று. (4)

செற்றார் எனக்கை விடலுண்டோ நெஞ்சேயாம்
உற்றால் உறாஅ தவர்? (5)

கலந்துணர்த்தும் காதலர்க் கண்டால் புலந்துணராய்
பொய்க்காய்வு காய்திஎண் நெஞ்சு! (6)

காமம் விடுஒன்றே நாண்விடு நன்னெஞ்சே!
யானோ பொறேனிவ் விரண்டு. (7)

பரிந்தவர் நல்காரென் றேங்கிப் பிரிந்தவர்
பின்செல்வாய் பேதைஎன் நெஞ்சு! (8)

உள்ளத்தார் காத லவராக உள்ளிநீ
யாருழைச் சேறிஎன் நெஞ்சு. (9)

துன்னாத் துறந்தாரை நெஞ்சத் துடையேமா
இன்னும் இழத்தும் கவின். (10)

CH.125 On Speaking to Herself

O my soul, will you not think and tell me some medicine, be it what it may, that can cure this incurable malady? 1

May you live, O my soul! While he is without love, for you to suffer is (simple) folly. 2

O my soul, why remain (here) and suffer thinking (of him). There are no lewd thoughts (of you) in him who has caused you this disease of sorrow. 3

O my soul, take my eyes also with you. (If not), these would eat me up (in their desire) to see him. 4

O my soul, can he who loves not though he is beloved, be forsaken saying he hates me (now)? 5

O my soul, when you see the dear one who removes dislike by intercourse, you are displeased and continue to be so. Nay, your displeasure is (simply) false. 6

O my good soul, give up either lust or honour; as for me I can endure neither. 7

You are a fool, O my soul, to go after my departed one, while you mourn that he is not kind enough to favour your. 8

O my soul, to whom would you repair, while the dear one is within yourself? 9

If I retain in my heart him who has left me without befriending me, I shall lose even the (inward) beauty that remains. 10

அதிகாரம் 126 நிறை அழிதல்

காமக் கணிச்சி உடைக்கும் நிறைஎன்னும்
நாணுத்தாழ் வீழ்த்த கதவு. (1)

காமம் எனஒன்றோ கண்ணின்றென் நெஞ்சத்தை
யாமத்தும் ஆளும் தொழில். (2)

மறைப்பேன்மன் காமத்தை யானோ குறிப்பின்றித்
தும்மல்போல்தோன்றி விடும். (3)

நிறையுடையேன் என்பேன்மன் யானோஎன் காமம்
மறைஇறந்து மன்று படும். (4)

செற்றார்பின் செல்லாப் பெருந்தகைமை காமநோய்
உற்றார் அறிவதொன் றன்று. (5)

செற்றவர் பின்சேறல் வேண்டி அளித்தரோ
எற்றென்னை உற்ற துயர்? (6)

நாணென ஒன்றோ அறியலம் காமத்தான்
பேணியார் பெட்ப செயின். (7)

பன்மாயக் கள்வன் பணிமொழி அன்றோநம்
பெண்மை உடைக்கும் படை? (8)

புலப்பல் எனச்சென்றேன் புல்லினேன் நெஞ்சம்
கலத்தல் உறுவது கண்டு. (9)

நிணந்தீயில் இட்டன்ன நெஞ்சினார்க் குண்டோ
புணர்ந்தூடி நிற்பேம் எனல்? (10)

CH.126 On Loss of Feminine Modesty

The axe of lust can break the door of chastity which is bolted with the bolt of modesty. 1

Even at midnight is my mind worried by lust and this one thing, alas! is without mercy. 2

I would concel my lust, but alas, it yields not to my will, but breaks out like a sneeze. 3

I say I would be firm, but alas, my malady breaks out from its concealment, and appears in public. 4

The dignity that would go after an absent lover is not known to those who are stricken by love. 5

The sorrow I have endured by desiring to go after my absent lover, in what way is it excellent? 6

I know nothing like shame when my beloved does from love (just) what is desired (by me). 7

Are not the enticing words of my trick-abounding roguish lover the weapon that breaks away my feminine firmness? 8

I said I would feign dislike and so went (away); (but) I embraced him the moment I saw my mind began to unite with him. 9

Is it possible for those whose hearts melt like fat in the fire to say that they can feign a strong dislike and remain so? 10

அதிகாரம் 127 அவர்வயின் விதும்பல்

வாளற்றுப் புற்கென்ற கண்ணும் அவர்சென்ற
நாள்ஒற்றித் தேய்ந்த விரல். (1)

இலங்கிழாய் இன்று மறப்பினென் தோள்மேல்
கலங்கழியும் காரிகை நீத்து. (2)

உரனசைஇ உள்ளம் துணையாகச் சென்றார்
வரனசைஇ இன்னும் உளேன். (3)

கூடிய காமம் பிரிந்தார் வரவுள்ளிக்
கோடுகொ டேறுமென் நெஞ்சு. (4)

காண்கமன் கொண்கனைக் கண்ணாரக் கண்டபின்
நீங்குமென் மென்தோள் பசப்பு. (5)

வருகமன் கொண்கன் ஒருநாள் பருகுவன்
பைதனோ யெல்லாம் கெட. (6)

புலப்பேன்கொல் புல்லுவேன் கொல்லோ கலப்பேன்கொல்
கண் ணன்ன கேளிர் வரின்? (7)

வினைகலந்து வென்றீக வேந்தன் மனைகலந்து
மாலை அயர்கம் விருந்து. (8)

ஒருநாள் எழுநாள்போல் செல்லும்சேண் சென்றார்
வருநாள்வைத் தேங்கு பவர்க்கு. (9)

பெறினென்னாம் பெற்றக்கால் என்னாம் உறினென்னாம்
உள்ளம் உடைந்துக்கக் கால்? (10)

CH.127 On Hankering after Each Other

My finger has worn away by marking (on the wall) the days he has been absent while my eyes have lost their lustre and begin to fail. 1

O, you bright-jewelled maid, if I forgot (him) today, my shoulders will lose their beauty even in the other life and make my bracelet loose. 2

I still live by longing for the arrival of him who has gone out of love for victory and with valour as his guide. 3

My heart is rid of its sorrow and swells with rapture to think of my absent lover returning with his love. 4

May I look on my lover till I am satisfied and thereafter will vanish the sallowness of my slender shoulders. 5

May my husband return some day; and then will I enjoy (him) so as to destroy all this agonizing sorrow. 6

On the return of him who is as dear as my eyes, am I displeased or am I to embrace (him); or am I to do both? 7

Let the king fight and gain victories; (but) let me be united to my wife and feast the evening. 8

To those who suffer waiting for the day of return of their distant lovers, one day is as long as seven days. 9

After (my wife) has died of a broken heart, what good will there be if she is to receive me, has received me, or has even embraced me? 10

அதிகாரம் 128 குறிப்பு அறிவுறுத்தல்

கரப்பினும் கையிகந் தொல்லாநின் உண்கண்
உரைக்கல் உறுவதொன் றுண்டு. (1)

கண்நிறைந்த காரிகைக் காம்பேர்தோள் பேதைக்குப்
பெண்ணிறைந்த நீர்மை பெரிது. (2)

மணியில் திகழ்தரு நூல்போல் மடந்தை
அணியில் திகழ்வதொன் றுண்டு. (3)

முகைமொக்குள் உள்ளது நாற்றம்போல் பேதை
நகைமொக்குள் உள்ளதொன் றுண்டு. (4)

செறிதொடி செய்திறந்த கள்ளம் உறுதுயர்
தீர்க்கு மருந்தொன் றுடைத்து. (5)

பெரிதாற்றிப் பெட்பக் கலத்தல் அரிதாற்றி
அன்பின்மை சூழ்வ துடைத்து. (6)

தண்ணம் துறைவன் தணந்தமை நம்மினும்
முன்னம் உணர்ந்த வளை. (7)

நெருநற்றுச் சென்றாரெம் காதலர்; யாமும்
எழுநாளேம் மேனி பசந்து. (8)

தொடிநோக்கி மென்தோளும் நோக்கி அடிநோக்கி
அஃதாண் டவள் செய்தது. (9)

பெண்ணினால் பெண்மை உடைத்தென்ப கண்ணினால்
காமநோய் சொல்லி இரவு. (10)

CH.128 Making out one another's Feelings

Though you would conceal (your feelings), your painted eyes would not; for transgressing (their bounds), they tell (me) something. 1

Unusually great is the female simplicity of your maid whose beauty fills my eyes and whose shoulders resemble the bamboo. 2

There is something that is implied in the beauty of this woman, like the thread that is visible in a garland of gems. 3

There is something in the unmatured smile of this maid like the fragrance that is contained in an unblossomed bud. 4

The well-meant departure of her whose bangles are tight-fitting contains a remedy that can cure my great sorrow. 5

The embrace that fills me with comfort and gladness is capable of enduring (my former) sorrow and meditating on his want of love. 6

My bracelets have understood before me the (mantal) separation of him who rules the cool seashore. 7

It was but yesterday my lover departed (from me); and it is seven days since my complexion turned sallow. 8

She looked at her bracelets, her tender shoulders, and her feet; this was what she did there (significantly). 9

To express their love-sickness by their eyes and resort to begging bespeaks more than ordinary female excellence. 10

அதிகாரம் 129 புணர்ச்சி விதும்பல்

உள்ளக் களித்தலும் காண மகிழ்தலும்
கள்ளுக்கில் காமத்திற் குண்டு. (1)

தினைத்துணையும் ஊடாமை வேண்டும் பனைத்துணையும்
காமம் நிறைய வரின். (2)

பேணாது பெட்பவே செய்யினும் கொண்கனைக்
காணா தமையல கண். (3)

ஊடற்கண் சென்றேன்மன் தோழி! அதுமறந்து
கூடற்கண் சென்றதென் நெஞ்சு. (4)

எழுதுங்கால் கோல்காணாக் கண்ணேபோல் கொண்கன்
பழிகாணேன் கண்ட இடத்து. (5)

காணுங்கால் காணேன் தவறாய; காணாக்கால்
காணேன் தவறல் லவை. (6)

உய்த்தல் அறிந்து புனல்பாய் பவரேபோல்
பொய்த்தல் அறிந்தென் புலந்து? (7)

இளித்தக்க இன்னா செயினும் களித்தார்க்குக்
கள்ளற்றே கள்வநின் மார்பு. (8)

மலரினும் மெல்லிது காமம் சிலரதன்
செவ்வி தலைப்படு வார். (9)

கண்ணில் துனித்தே கலங்கினாள் புல்லுதல்
என்னினும் தான்விதுப் புற்று. (10)

CH.129 On Longing for Intercourse

To please by thought and cheer by sight is peculiar, not to liquor but lust. 1

If women have a lust that exceeds even the measure of the palmyra fruit, they will not desire (to feign) dislike even as much as the millet. 2

Though my eyes disregard me and do what is pleasing to my husband, still will they not be satisfied unless they see him. 3

O my friend, I was prepared to feign displeasure but my mind forgetting it was ready to embrace him. 4

Like the eyes which see not the pencil that paints it, I cannot see my husband's fault (just) when I meet him. 5

When I see my husband, I do not see any faults, but when I do not see him, I do not see anything but faults. 6

Like those who leap into a stream which they know will carry them off, why should a wife feign dislike which, she knows, cannot hold out long. 7

O you rogue, your breast is to me what liquor is to those who rejoice in it, though it only gives them an unpleasant disgrace. 8

Sexual delight is more delicate than a flower; and few are those who understand its real nature. 9

She once feigned dislike in her eyes, but the warmth of her embrace exceeded my own. 10

அதிகாரம் 130 நெஞ்சொடு புலத்தல்

அவர்நெஞ் சவர்க்காதல் கண்டும் எவன்நெஞ்சே
நீஎமக் காகா தது? (1)

உறாஅ தவர்க்கண்ட கண்ணும் அவரைச்
செறாஅரெனச் சேறிஎன் நெஞ்சு! (2)

கெட்டார்க்கு நட்டாரில் என்பதோ நெஞ்சேநீ
பெட்டாங் கவர்பின் செலல்? (3)

இனிஅன்ன நின்னொடு சூழ்வார்யார் நெஞ்சே!
துனிசெய்து துவ்வாய்காண் மற்று. (4)

பெறாஅமை அஞ்சும் பெறின்பிரி வஞ்சும்
அறாஅ இடும்பைத்தென் நெஞ்சு. (5)

தனியே இருந்து நினைத்தக்கால் என்னைத்
தினிய விருந்ததென் நெஞ்சு. (6)

நாணும் மறந்தேன் அவர்மறக் கல்லாஎன்
மாணா மடநெஞ்சிற் பட்டு. (7)

எள்ளின் இளிவாமென் றெண்ணி அவர்திறம்
உள்ளும் உயிர்க்காதல் நெஞ்சு. (8)

துன்பத்திற் கியாரே துணையாவார் தாமுடைய
நெஞ்சம் துணைஅல் வழி? (9)

தஞ்சம் தமரல்லர் ஏதிலார் தாமுடைய
நெஞ்சம் தமரல் வழி. (10)

CH.130 On Being Displeased with Oneself

O my soul, although you have seen how his soul stands by him, how is it you do not stand by me? 1

O my soul, although you have known him who does not love me, still do you go to him, saying, "He will not be displeased?" 2

O my soul, do you follow him at pleasure under the belief that the ruined have no friends? 3

O my soul, you would not first seem sulky and then enjoy (him): who then in future will consult you about such things? 4

My soul fears when it is without him; it also fears when it is with him; it is subject to incessant sorrow. 5

My mind has been (here) in order to eat me up (as it were) whenever I think of him in my solitude. 6

I have even forgotten my modesty, having been caught in my foolish mind which is not dignified enough to forget him. 7

My soul which clings to life thinks only of his (own) gain in the belief that it would be disgraceful for it to despise him. 8

Who would help one out of one's distress, when one's own soul refuses help to one? 9

It is hardly possible for strangers to behave like relations when one's own soul acts like a stranger. 10

அதிகாரம் 131 புலவி

புல்லா திராஅப் புலத்தை அவருறும்
அல்லனோய் காண்கம் சிறிது. (1)

உப்பமைந் தற்றால் புலவி; அதுசிறிது
மிக்கற்றால் நீள விடல். (2)

அலந்தாரை அல்லனோய் செய்தற்றால் தம்மைப்
புலந்தாரைப் புல்லா விடல். (3)

ஊடி யவரை உணராமை வாடிய
வள்ளி முதலரிந் தற்று. (4)

நலத்தகை நல்லவர்க் கேஎர் புலத்தகை
பூவன்ன கண்ணா ரகத்து. (5)

துனியும் புலவியும் இல்லாயின் காமம்
கனியுங் கருக்காயும் அற்று. (6)

ஊடலின் உண்டாங்கோர் துன்பம் புணர்வது
நீடுவ தன்றுகொல் என்று. (7)

நோதல் எவன்மற்று நொந்தாரென் றஃதறியும்
காதலர் இல்லா வழி? (8)

நீரும் நிழல தினிதே; புலவியும்
வீழுநர் கண்ணே இனிது. (9)

ஊடல் உணங்க விடுவாரோடென் னெஞ்சம்
கூடுவேம் என்ப தவா. (10)

CH.131 On Feigned Dislike

Let us witness awhile his keen suffering; just feign dislike and embrace him not. 1

A little dislike is like salt in proportion; to prolong it a little is like salt a little too much. 2

For men not to embrace those who have feigned dislike is like torturing those already in agony. 3

Not to reconcile those who have feigned dislike is like cutting a faded creeper at its root. 4

An increased shyness in those whose eyes are like flowers is beautiful even to good and virtuous husbands. 5

Sexual pleasure, without prolonged and shortlived dislike is like too ripe, and unripe fruit. 6

The doubt as to whether intercourse would take place soon or not, creates a sorrow (even), in feigned dislike. 7

What avails sorrow when I am without a wife who can understand the cause of my sorrow? 8

Like water in the shade, dislike is delicious only in those who love. 9

It is nothing but strong desire that makes my mind unite with one who can leave me to my own dislike. 10

அதிகாரம் 132 புலவி நுணுக்கம்

பெண்ணியலார் எல்லாரும் கண்ணிற் பொது உண்பர்
நண்ணேன் பரத்தநின் மார்பு. (1)

ஊடிஇருந்தேமாத் தும்மினார் யாம்தம்மை
நீடுவாழ் கென்பாக் கறிந்து. (2)

கோட்டுப்பூச் சூடினும் காயும் ஒருத்தியைக்
காட்டிய சூடினீர் என்று. (3)

யாரினும் காதலம் என்றேனா ஊடினாள்
யாரினும் யாரினும் என்று. (4)

இம்மைப் பிறப்பின் பிரியலம் என்றேனாக்
கண்ணிறை நீர்கொண் டனள். (5)

உள்ளினேன் என்றேன்மற் றென்மறந்தீர் என்றென்னைப்
புல்லாள் புலத்தக் கனள். (6)

வழுத்தினாள் தும்மினே னாக; அழித்தெழுதாள்
யாருள்ளித் தும்மினீர் என்று. (7)

தும்முச் செறுப்ப அழுதாள் நுமருள்ளல்
எம்மை மறைத்திரோ என்று. (8)

தன்னை உணர்த்தினும் காயும் பிறர்க்குநீர்
இந்நீரர் ஆகுதிர் என்று. (9)

நினைத்திருந்து நோக்கினும் காயும் அனைத்துநீர்
யாருள்ளி நோக்கினீர் என்று. (10)

CH.132 On Dislike Caused by Trip

You are given to prostitution; all those who are born as womankind enjoy you with their eyes in an ordinary way. I will not embrace you. 1

When I continued to be sulky he sneezed and thought I would (then) wish him a long life. 2

Even if I were adorned with a garland of branch-flowers she would say I did so to show it to another woman. 3

When I said I loved her more than any other woman, she said, "More than others, yes more than others," and remained sulky. 4

When I said I would never part from her in this life, her eyes were filled with tears. 5

When I said I had remembered her, she said I had forgotten her and relaxing her embrace, began to feign dislike. 6

When I sneezed, she blessed me, but at once changed (her mind) and wept, asking, "At the thought of whom did you sneeze?" 7

When I suppressed my sneezing, she wept saying, "I suppose you (did so) to hide from me your own people's remembrance of you." 8

Even when I try to remove her dislike, she is displeased and says, "This is the way you behave towards other women." 9

Even when I look on her contemplating (her beauty), she is displeased and says, "With whose thought did you (thus) look on my person?" 10

அதிகாரம் 133 ஊடல்உவகை

இல்லை தவறவர்க்காயினும் ஊடுதல்
வல்ல தவரளிக்கு மாறு. (1)

ஊடலின் தோன்றும் சிறுதுனி நல்லளி
வாடினும் பாடு பெறும். (2)

புலத்தலின் புத்தேள்நா டுண்டோ நிலத்தொடு
நீரியைந் தன்னா ரகத்து? (3)

புல்லி விடாஅப் புலவியுள் தோன்றுமென்
உள்ளம் உடைக்கும் படை. (4)

தவறில ராயினும் தாம்வீழ்வார் மென்தோள்
அகறலின் ஆங்கொன் றுடைத்து. (5)

உணலினும் உண்ட தறலினிது; காமம்
புணர்தலின் ஊடல் இனிது. (6)

ஊடலில் தோற்றவர் வென்றார் அதுமன்னும்
கூடலில் காணப் படும். (7)

ஊடிப் பெறுகுவம் கொல்லோ நுதல்வெயர்ப்பக்
கூடலில் தோன்றிய உப்பு? (8)

ஊடுக மன்னோ ஒளியிழை யாமிரப்ப
நீடுக மன்னோ இரா! (9)

ஊடுதல் காமத்திற் கின்பம்; அதற்கின்பம்
கூடி முயங்கப் பெறின். (10)

திருக்குறள் முற்றிற்று

CH.133 On The Delights of Dislike

Although my husband is free from defects, the way in which he embraces me is such as to make me feign dislike. 1

His love will increase though it may (at first) seem to fade through the short-lived distress caused by (my) dislike. 2

Is there a celestial land that can please like the feigned dislike of those whose union resembles that of earth and water? 3

In prolonged dislike after an embrace there is a weakness that can break my heart. 4

Though free from defects, men feel pleased when they cannot embrace the delicate shoulders of those whom they love. 5

To digest what has been eaten is more delightful than to eat more; likewise love is more delightful in dislike than intercourse. 6

Those are conquerors whose dislike has been defeated and that is proved by the love (which follows). 7

Will I enjoy once more through her dislike, the pleasure of love that makes her forehead perspire? 8

May the bright-jewelled one feign dislike, and may the night be prolonged for me to implore her! 9

Dislike adds delight to love; and a hearty embrace (thereafter) will add delight to dislike. 10

செய்யுள் முதற்குறிப்பு அகராதி

AES Select Check List

1. Abithana Chintamani, Encyclopedia of Tamil Literature-Singaravelu M. (0006-1)
2. Comprehensive Tamil English Dictionary-Winslow (0000-2)
3. English Tamil Dictionary-Winslow (002-9)
4. Tamil Moli Akarathi-Kathiraiver Pillai (0004-5)
5. Tamil English Dictionary-Fabricius (0264-1)
6. English Tamil Dictionary-Percival (0817-8)
7. Tamil English Dictionary-Percival (0819-4)
8. Tamil English Dictionary-Visvanatha Pillai (0437-7)
9. Abithana Kosha-Mootoo Thambe Pillai (0008-8)
10. Hand Book of Tamil Language-Pope G.U (0016-9)
11. Tamil Prose Reader-Pope (0017-7)
12. Key to Rev. Pope's Tamil Language-Clayton (0019-3)
13. Brief Outline of the Grammar of the Tuda Language-Pope G.U (1030-X)
14. Compendious English Tamil Dictionary-Pope (0314-1)
15. Compendious Tamil English Dictionary-Pope (0018-5)
16. Dictionary of Tamil Proverbs-Lazarus John (0726-0)
17. Classified Collection of Tamil Proverbs-Jenson Herman (0026-6)
18. Tamil Proverbs with English Translation-Percival (0998-0)
19. Catalogue of Tamil Books-2 Vols-Barnett (1000-8)
20. Comparative Grammar of the Dravidian-Caldwell (0117-3)

21. Grammar of Common Dialect of Tamil Language-Beschi (0749-X)
22. Adventures of Gooroo Paramartan-Babington (0881-X)
23. Inge Va Tamil Pocket Guide-Ferguson (0460-1)
24. First Step in Tamil-Daniel (0520-9)
25. Tamil Self Taught-Wikramasinghe (1405-4)
26. Sacred Kural of Tiruvaluva Nayanar-Pope G.U. (0021-5)
27. Naladiyar-Pope (0023-1)
28. Tiruvacagam-Pope (0315-X)
29. Tamil Poetical Anthology-Pope (0997-2)
30. Tamil Alphabet and its Mystic Aspects-Manickam (0020-7)
31. Psalms of a Saiva Saint-Tambyah (0025-8)
32. Hymns of the Tamil Saivite Saints-Kingsbury (0285-4)
33. Pavalar Chariththira Deepakam-Arnold (0031-2)
34. Tamil Literature-Purnalingam Pillai (0955-7)
35. Tamil Studies-Srinivasa Aiyangar (0029-0)
36. Agastya in Tamil Land-Sivaraja Pillai (0142-4)
37. Chronology of the Early Tamils-*Sivaraja Pillai* (0030-4)
38. History of Tamilis-Srinivasa Iyengar P.T. (0145-9)
39. Tamil Plutarch-Simon Casie Chity (0024-X)
40. Siddhanta Deepika in-14 Vols-Nallasami, Raman (0884-4)